இறுதி யாத்திரை

மலையாள மூலம் : எம்.டி. வாசுதேவன் நாயர்

தமிழில் : கே.வி.ஷைலஜா

இறுதி யாத்திரை : நாவல்
மலையாள மூலம் : எம்.டி. வாசுதேவன் நாயர்
தமிழில் : கே.வி. ஷைலஜா

: © ஆசிரியருக்கு

அட்டை புகைப்படம் : பினு பாஸ்கர்
முதற்பதிப்பு : மார்ச் 2016
மூன்றாவது பதிப்பு : ஆகஸ்ட் 2022
வெளியீடு : வம்சி புக்ஸ்
19, டி.எம்.சாரோன்,
திருவண்ணாமலை - 606 601
செல்: 9445870995 , 04175 - 235806
அச்சாக்கம் : மணி ஆப்செட், சென்னை - 600 077
விலை : ₹ 200/ -
ISBN : 978-93-84598-22-8

Irudhi Yathirai : Novel
From Malayalam : M.T. Vasudevan Nayar
InTamil : K.V. Shylaja

: © Author

Cover Photo : Binu Baskar
First Edition : March 2016
Third Edition : Augest 2022
Published by : Vamsi books
19.D.M.Saron,
Tiruvannamalai - 606 601.
9445870995 , 04175 - 235806
Printed by : Mani Offset, Chennai - 600 077
Price : ₹ 200/-
ISBN : 978-93-84598-22-8

www.vamsibooks.com - e-mail: kvshylajatvm@gmail.com

ஸ்நேகிதியுமான ஜெயஸ்ரீக்கு

நன்றிக்குரியவர்கள்

கைரளி தொலைக்காட்சியின் நண்பர் பிரதீப் நாராயணன்

மொழிபெயர்ப்பாளர் கே.எஸ்.வெங்கடாச்சலம்

எம்.டி.வி.யின் நண்பர் நஜீப் குற்றிப்புரம்

மொழிபெயர்ப்பில் பெரிதும் உதவிய மாதவி,

ஜெயஸ்ரீ, உத்திரகுமாரன், சுகானா

அட்டைப்படம் தந்த புகைப்படக் கலைஞன் பினு பாஸ்கர்

அட்டை வடிவமைப்பு செய்த வம்சி

புத்தக வடிவமைப்பு செய்த மோகனா, சிந்துபாரதி

எல்லாவற்றிக்கும் மேலாக என் பவா

என்னோடு விளையாடக் காத்திருந்த என் மகள் மானசி

எம்.டி.வாசுதேவன் நாயர்

கேரள மாநிலம் பொன்னானி வட்டம் கூடலூரில் 1933 இல் பிறந்தார்.

குமாரநல்லூர் உயர்நிலைப்பள்ளியில் கல்வி பயின்று, பாலக்காடு விக்டோரியா கல்லூரியில் 1953 -ல் (B.Sc., Chemistry) பட்டப்படிப்பை நிறைவு செய்தார்.

பள்ளி ஆசிரியர் மற்றும் பத்திரிகை ஆசிரியராக, பணியில் இருக்கும்போதே சிறுகதை, நாவல், திரைக்கதை எழுதியதோடு மட்டுமல்லாமல் திரைப்பட இயக்கத்திலும் கவனிக்கத்தக்க ஆளுமையாக உருவெடுத்தார். ‘முறைப்பெண்’ என்ற திரைப் படத்திற்கு முதன்முதலாக திரைக்கதை எழுதினார். நிர்மால்யம், கடவு, ஒரு வடக்கன் வீரகத, சதயம், பரிணயம் ஆகிய திரைப்படங்களுக்காக தேசிய விருதுகளும் ஓளவும் தீரமும், பந்தனம், ஓப்போள், ஆருடம், வளர்த்து மிருகங்கள், அனுபந்தம், த்ருஷ்ண, இடவழியிலே பூச்சா மிண்டாபூச்சா, அம்ருதம், கமயவர், பெருந்தச்சன், சுக்ருதம், ஒரு செறு புஞ்சிரி, தீர்த்தாடனம் ஆகிய திரைப்படங்களுக்காக மாநில அரசின் விருதுகளைப் பெற்றிருக்கிறார். திரைக்கதை எழுதி இயக்கிய ‘கடவு’ திரைப்படம் சிங்கப்பூர், ஜப்பான் ஆகிய இடங்களில் நடைபெற்ற திரைப்பட விழாக்களில் விருதினைப் பெற்றது. மலையாளத்

திரைப்படத்திற்கு அவரளித்த பங்களிப்பிற்காக 'பிரேம்நசீர்' விருதினைப் பெற்றிருக்கிறார். சிறந்த தொலைக்காட்சித் தொடருக்கான கேரள மாநிலத் தொலைக்காட்சி விருது 1996-இல் அவருடைய 'நாலு கெட்டு' என்ற தொடருக்குக் கிடைத்தது.

'ரண்டாம் மூழம்' (இரண்டாம் இடம்) நாவலுக்காக வயலார் விருதையும், முட்டத்து வர்க்கி பௌண்டேஷன் விருதையும் பெற்றார். நாலு கெட்டு, சுவர்க்கம் துறக்குந்ந சமயம், கோபுர நடையில் போன்ற படைப்புகளுக்கு கேரள சாகித்திய அகாதமி விருதும், காலம் என்ற நாவலுக்கு மத்திய சாகித்திய அகாதமி விருதும் வானப்பிரஸ்தம் நாவலுக்கு ஓடக்குழல் விருதும் பெற்றார்.

1990-இல் ஞானபீட விருதினைப் பெற்றார்.

கோழிக்கோடு பல்கலைக் கழகமும், மகாத்மா காந்தி பல்கலைக் கழகமும் டாக்டர் பட்டம் வழங்கி கௌரவித்தது. 2005 இல் பத்மபூஷண் விருது பெற்றார். 2005 இல் கேரள சாகித்திய அகாதமியின் முதன்மை உறுப்பினர் அந்தஸ்து பெற்றார்.

2011ல் கேரள அரசு எழுத்தச்சன் விருது வழங்கி கௌரவித்தது. மாத்ருபூமி ஆசிரியர், கேரள சாகித்திய அகாதமி தலைவர், மத்திய சாகித்திய அகாதமி செயற்குழு உறுப்பினர் பொறுப்புகளையும் வகித்தார்.

திரைப்பட நிதிக் கழகம் (Film Finanace Corporation), தேசியத் திரைப்பட வளர்ச்சிக் கழகம், திரைப்படத் தணிக்கைக் குழு ஆகியவற்றில் உறுப்பினராகவும் 1998-இல் இந்தியன் பனோரமா தலைவராகவும் பதவி வகித்தார். 2008 இல் கொல்கத்தா தேசியப் பல்கலைக்கழகம் (திறந்த வெளி) டாக்டர் பட்டம் வழங்கியது.

தற்போது துஞ்சன் நினைவுக் குழு என்ற அமைப்பின் தலைவர். இலக்கியப் பண்பாட்டுத் துறைகளில் இடைவிடாத பங்களிப்பை இன்றும் மேற்கொண்டு வருகிறார்.

முக்கியப் படைப்புகள்

நாவல்கள் : மஞ்ஞு, காலம், நாலு கெட்டு, அசுரவித்து, விலாபயாத்ரா, பாதிராவும் பகல் வெளிச்சமும், அரபிப்பொன்னு, ரண்டாம் மூழம், வாரணாசி

சிறுகதைத் தொகுப்புகள் : இருட்டிண்டே ஆத்மாவு, ஓளவும் தீரமும், குட்டியேடத்தி, வாரிக்குழி, பதனம், பந்தனம், சொர்க்கம் துறக்குந்ந நேரம், நிண்டே ஓர்மக்கி, வானப்பிரஸ்தம், எம்.டி.யின் தேர்ந்தெடுத்த கதைகள், டார் எஸ், சலாம், குருதி புரண்ட மணல்கள், வெயிலும் நிலாவும், களிவீடு, வேதனையின் பூக்கள், ஷெர்லக்.

நாடகம் : கோபுர நடையில்

கட்டுரைத் தொகுப்புகள் : கதாசிரியனின் கலை, கதாசிரியனின் பணிப்புர, ஹெமிங்வே ஒரு முன்னுரை, கண்ணாந்தளிப்பூக்களின் காலம்.

பயணக்கட்டுரை : ஆள் கூட்டத்தில் தனியே

திரைக்கதைகள் : எம்.டி.யின் திரைக்கதைகள்,பஞ்சாக்னி, நகச்சதங்கள், வைசாலி, பெருந்தச்சன், ஒரு வடக்கன் வீரகத, நகரமே நந்நி, நிழலாட்டம், ஒரு செறு புஞ்சிரி, நீலத்தாமர, பழசிராஜா.

நினைவுக்குறிப்புகள் : ஸ்நேகாதரங்களோடே, அம்மைக்கு

திரைப்பட நினைவுகள் : சித்திரத்தெருக்கள்

ஆங்கிலத்திலும் பிறமொழிகளிலும் இவரது படைப்புகள் மொழிபெயர்க்கப்பட்டுள்ளன.

வீடு : சித்தாரா,

கொட்டாரம் ரோடு,

கோழிக்கோடு - 673 006

கே.வி.ஷைலஜா

கேரளாவைப் பூர்வீகமாகக் கொண்டிருந்தாலும் தமிழ்ச் சூழலிலேயே வாழ்க்கையைத் தகவமைத்துக்கொண்டவர். இலக்கிய வாசிப்பு அடுத்த கட்டத்துக்கு நகர்த்த, மொழிபெயர்ப்புப் படைப்புகளைத் தரத் தொடங்கினார்.

மளையாளக் கவிஞர் பாலச்சந்திரன் சுள்ளிக்காடு எழுதிய சிதம்பர நினைவுகள் கட்டுரைத் தொகுப்பு மொழிபெயர்க்கவே, பேச மட்டும் தெரிந்த தாய்மொழியான மலையாளத்தை வாசிக்கவும் கற்றுக் கொண்டார்.

அதன்பிறகு என்.எஸ்.மாதவன், திரைக்கலைஞர் மம்முட்டி, கெ.ஆர்.மீரா, கல்பட்டா நாராயணன், சிஹாபுதின் பொய்த்தும்கடவு, ஆகியோரது படைப்புகளையும் மொழிபெயர்த்திருக்கிறார்.

கலை இலக்கியப் பேரவை விருது, திருப்பூர் தமிழ்ச் சங்க விருது, கனடா தோட்ட விருது பெற்றிருக்கிறார்.

வம்சி புக்ஸ் என்ற பதிப்பகம் தொடங்கி நானூறுக்கும் மேற்பட்ட புத்தகங்களைப் பதிப்பித்திருக்கிறார். ஐந்து புத்தகங்களுக்குத் தமிழக அரசின் சிறந்த பதிப்பாளருக்கான விருதினைப் பெற்றிருக்கிறார்.

இவருடைய சிதம்பர நினைவுகள் மற்றும் தென்னிந்தியச் சிறுகதைகள் தமிழகத்தின் சில கல்லூரிகளில் பாடமாக வைக்கப்பட்டிருக்கின்றன.

மொழிபெயர்ப்புகள் :

கட்டுரைகள் :

1. சிதம்பர நினைவுகள் - பாலசந்திரன் சுள்ளிக்காடு
2. மூன்றாம் பிறை - மம்முட்டி (வாழ்வனுபங்கள்)

சிறுகதைகள்:

3. சர்மிஷ்டா - என்.எஸ்.மாதவன்
4. சூர்ப்பனகை - கெ.ஆர். மீரா
5. யாருக்கும் வேண்டாத கண் - சிஹாபுதின் பொய்த்தும்கடவு

நாவல் :

6. சுமித்ரா - கல்பட்டா நாராயணன்

தொகுப்பு நூல்கள் :

7. பச்சை இருளனின் சகா பொந்தன் மாடன்
   (தமிழ் - மலையாளச் சிறுகதைகளின் தொகுப்பு)
8. தென்னிந்தியச் சிறுகதைகள்
   (தமிழ் - மலையாள -கன்னட - தெலுங்குச் சிறுகதைகளின் தொகுப்பு)

கணவர் : எழுத்தாளர் பவா செல்லதுரை

பிள்ளைகள் : மகன் வம்சி, மகள். மானசி

வீடு :19.டி.எம்.சாரோன்,திருவண்ணாமலை

பேச : 9445870995

எழுத : kvshylajatvm@gmail.com

"சித்தாரா" வின் காற்றை உள்ளிழுத்த நிமிடங்களிலிருந்து...

மொழிபெயர்ப்பினைத் தொடங்கிய நாட்களில் இப்பொழுது எழுதிக் கொண்டிருக்கும் இளம் படைப்பாளிகளின் படைப்புகளை மட்டுமே மொழிபெயர்ப்புக்கு எடுத்துக் கொண்டேன். மூத்த ஆளுமைகள், படைப்புகலக ஜாம்பவான்கள் எல்லோரும் அவரவர்களின் ஆகிருதியோடு தமிழுக்கு அழைத்துக்கொண்டு வரப்பட்டிருந்தனர். பஷீரும், தகழியும், எம்.டி.யும், எம்.முகுந்தனும், என்.எஸ்.மாதவனும், சக்கரியாவும், ஓ.வி.விஜயனும் தங்கள் கதா நாயகர்களையும் நாயகிகளையும் தமிழ் மனதில் உலவவிட்டு மிகவும் நெருங்கியிருந்தனர். குறிப்பிட்ட படைப்பு 'தமிழா மலையாளமா' என்று பிரித்துணர முடியாதபடி எங்கள் மன அடுக்குகளை அவை நிரப்பியிருந்தன.

நவீனப் படைப்புகளை மட்டுமே மொழிபெயர்க்க எடுத்துக் கொண்டாலும் ஒரு ஏக்கம் இருந்துகொண்டேயிருந்தது. கேரளாவிலும் தமிழ்நாட்டிலும் எங்கு திரும்பினாலும் அன்றும் இன்றுமாய் மறுக்க முடியாத ஆளுமையாய் மாறிப்போன அந்த மனிதனைப் பார்க்க வேண்டும், படைப்பினை வாங்கவேண்டும், மொழிபெயர்த்து நானும்

சிறு துகளாய் உன்னிலிருக்கிறேன் என்று சாந்தப்பட வேண்டும் என்ற எனக்கான தீராத கனவு இரவாய், பகலாய், நாட்களாய் மாறிக் கொண்டேயிருக்க அது அப்படியேயானது.

கேரள மக்கள் தங்கள் குழந்தைகளை ஐந்து வயதில் ''எழுத்து சொல்ல'' என்று முதலெழுத்து படிக்க எழுத்தாளரிடம் கொண்டு வந்து நெல் நிறைத்த தாம்பாளத்துடன் வரிசையில் காத்து நிற்பார்கள். மடியில் உட்காரவைத்து குழந்தையின் கைப்பிடித்து முதலெழுத்தைக் கற்றுக் கொடுக்கும் கேரள மலையாள இலக்கியத்தின் ஈடில்லா படைப்பாளி எம்.டி.வாசுதேவன் நாயரின் படைப்பை மொழிபெயர்க்க ஆசைப்பட்டு, எழுதிய கடிதத்திற்கு உடனே அனுமதி கிடைத்த நிமிடம் மிகவும் நெகிழ்வானது. அதைவிட ''விலாபயாத்ரா'' (இறுதி யாத்திரை) என்ற அவருடைய வாழ்வோடு தொடர்புடைய புனைவில் தேர்ந்தெடுத்த சொற்களைக் கொண்டு பயணிக்க நேர்ந்த தருணங்கள் சிலிர்ப்பூட்டுபவை.

''விலாபயாத்ரா'' - முப்பத்தியெட்டு வருடங்களுக்கு முன் எழுதப்பட்ட பிரதியானாலும் நேற்று எழுதப்பட்டது போன்ற புதுமையுடன், வார்த்தைப் பகிர்வுடன், அசல் தன்மையுடனிருந்தது. அவருடைய எல்லா உயரத்திற்கும் பொறுப்பேற்றுக்கொண்டது.

கதை சொல்லிக் கொண்டே போகும்போது திடீரென இறந்த காலத்திற்குள் சஞ்சரிப்பதும் மீண்டும் நிகழ்கால வாழ்வில் பயணிப்பதுமாக மொழியில் விளையாடியிருக்கும் எம்.டி.வி.யின் உயரத்தை நான் தொட்டுவிட முயற்சித்திருக்கிறேன்.

மிகச் சமீபமாய் நான் மேற்கொண்ட இரண்டு கேரளப் பயணங்களிலும் எம்.டி.வி.யைப் பார்க்க வாய்த்தது. திரூரில் 'துஞ்சன் பரம்பு டிரஸ்டின்' தலைவர் அவர். அவருக்கென்று ஒரு வீடு கொடுத்து வருடத்தில் ஒருமுறை அங்கு உட்கார்ந்துதான் குழந்தைகளுக்கு முதலெழுத்து சொல்லிக் கொடுக்கிறார். அந்த வீடு கேரள மக்கள்

இலக்கியத்திற்கும் படைப்பாளிக்கும் கொடுக்கும் மரியாதையை நமக்குச் சொன்னது. என்னுடைய இரண்டாவது பயணத்தில் கோழிக்கோட்டில் யாரைக் கேட்டாலும் வழி சொல்லப்பட்ட எம்.டி.வி.யின் ‘சித்தாரா’ வீட்டின் முன் நின்றதும் அவரைப் பார்த்ததும்... நான் நிறைந்திருக்கிறேன்... போதும்...

என்னுடைய முந்தின மொழிபெயர்ப்பு கல்பட்டா நாராயணன் எழுதிய ‘சுமித்ரா’. அது ஒரு பெண்ணின் மரணத்தோடு தொடங்கி அவள் வாழ்வில் தொடர்புடைய பலரைப் பற்றிய நினைவுகளின் தொகுப்பு. அவள் தன் வாழ்வில் மறைத்த ரகசியங்கள், மறைக்கப்பட வேண்டிய ரகசியங்கள், அவள் கிளறிவிடும் நம் உள்ளே அடைகாத்த ரகசியங்கள் என விரியும் அப்பிரதியை வாசித்த பலர் என்னிடம் ‘நான்தான் சுமித்ரா, நான்தான் சுமித்ரா’ என தங்கள் வலியை, உண்மையை, மனக் கொந்தளிப்பைப் பகிர்ந்திருக்கிறார்கள்.

இறுதி யாத்திரையும் அது போன்றதொரு மரணத்தை உள்ளடக்கிய புனைவுதான். அப்பாவின் மரணத்திற்கு தேசத்தின் நான்கு மூலையிலிருந்தும் வரும் மகன்களின் வழி, கதை சொல்லப்பட்டாலும் எழுத்தாளர் தனியே ஒரு கதாபாத்திரமாய் நின்று தன் அண்ணன் சொல்வதுபோலக் கதையை நகர்த்துவது சிறப்பாக இருந்தது. நீரோடை மாதிரி சலனமில்லாமல் போய்க்கொண்டிருக்கும் பிரதியில் அவ்வப்போது வரும் தெறிப்புகள் நம்மை அமைதியாக்கிவிடுகின்றன. சில சமயங்களில் புரள வைக்கின்றன.

என்னைத் தனிப்பட்ட முறையில் மிகவும் சுருக்கிவிட்டது இந்தப் பிரதி. இதுவரையில் ஒரு எழுத்தைப் படித்து நான் உள்ளுக்குள் இப்படி மடிந்து போனவளல்ல.

என் வீட்டில் நடந்த திடீர் மரணத்தில் என்னைத் தொலைத்து விடாமலிருக்க, நான் வாசிக்க எடுத்த இந்த புத்தகமும் அதே

போன்றதொரு புற்றுநோய் மரணத்தையே பேச, என் வலி அதிகரித்து நான் மீண்டும் முடங்கிப் போனேன்.

மரணங்கள் நமக்குப் பலவற்றையும் சொல்லித் தருகிறது. அதை நான் பட்டியலிடப்போவதில்லை. ஆனால் அது நம்மை நிதானப் படுத்துகிறது. தோள் தட்டி ஆற்றுப்படுத்துகிறது. அதை மட்டும் உணர ஆசைப்படுகிறேன்.

மரணம் மரத்துப்போன மௌனத்துடன் பேச்சற்றிருக்கிறேன். அப்படி நீங்கள் இல்லையென்றால் என்னிடம் பேசுங்கள்.

எளிமையான அன்போடு,

கே.வி.ஷைலஜா

1

கண்ணீர் ஊற்றுகளை அடக்கி நினைவுகளில் அடங்காத அகலங்களைப் பார்த்தபடியிருந்தான். இந்த யாத்திரையைப் பற்றி பின்னொரு நாளில் எழுத நினைக்கும்போது உண்ணி எப்படியான சொற்களை இட்டு நிரப்பப் போகிறான்? அவன் வார்த்தைகளைக் கொண்டு மாயாஜாலம் நடத்துபவன்.

நான்...? நான்...

இந்தச் சிறிய நகரத்தில் மகாத்மாவின் பெயரைத் தாங்கி இருக்கும் தெருவின் கிளையாக மற்றொரு தெருவிருக்கிறது என்று தோன்றாதபடி, எப்போதும் குதிரைச் சாணத்தின் நாற்றத்தைச் சகித்தபடி நடக்க வேண்டியிருந்த குடியிருப்பின் அறைகளொன்றில், திண்டு வைத்து சாய்ந்து உட்கார்ந்திருக்கும் சேட்டின், எல்லாவற்றையும் பார்க்கும் இடுங்கிய கண்களையும், பாக்குடன் மென்று துப்பும் வார்த்தைகளையும் எதிர்கொண்டு நின்றிருப்பவன் மட்டுமே. வட இந்தியாவில் எனக்குத் தெரியாத இடங்களிலிருந்து வரும் பீடி இலைக் கட்டுகளின் இன்வாய்ஸ்களும் பில்களும் ஆதாரங்களுமாக என் நாட்கள் நகர்ந்துக் கொண்டிருந்தன. ஆனால் உண்ணி...?

உண்ணி எப்போதும் எனக்கும் அப்புவிற்கும் குட்டேட்டனுக்கும் ஒரு நிம்மதி தராதவனாகவே இருக்கிறான். எப்போதாவது சந்திக்கும்போது அவன் பேசுவதைக் கேட்டால் நிம்மதியாக இருக்கும், மனசு லேசாகிவிடும். அவன் எங்களை கவனிக்காமல் பேசுகிறான் என்று நினைத்து எனக்கும் உண்ணிக்குமிடையில் உள்ள சகோதரன் அப்பு, ஒருமுறை அவன் கேட்காத மாதிரி ரகசியமாக என்னிடம், அமெரிக்க சினிமாக்களில் துருத்திய கன்ன எலும்புகளுடனும் கழுத்தில் தெரியும் பெரிய வீக்கத்துடன் வரும் வில்லனைப் பற்றிச் சொன்னான். அவன் திரையில் தோன்றினால் நமக்கு உற்சாகமாய் இருக்கும். மறையும் காட்சிகளின் இடைவெளியில் நாம் சூன்யத்தை உணர்வோம். அதுபோலத்தான் அவ்வப்போது நிசப்தனாகிவிடும் உண்ணியும் இருக்கிறான்.

அடக்கி நிறுத்த கண்ணீர் ஊற்றுகள் எங்கேயும் ஊறி இறங்கவில்லை. சரளைக் கற்கள் சூடேறி பழுத்த குன்றின் சரிவினூடாக வரும் காற்று, ஓடும் கார்களில் திறந்த கண்ணாடிகளுக்கிடையில் ஒரு தீ ஜுவாலை போல உள்ளே நுழைந்து வந்து கொண்டிருந்தது.

உண்ணி வருவானா..?

தேசத்தின் நான்கு பகுதிகளில் தனித்தனியாக வாழும் நாங்கள் எல்லோரும் அப்பாவின் கடைசி நிமிடங்களுக்காகக் காத்திருந்தோம். குட்டேட்டன் மட்டும் ஐந்து மைல் தூரத்தில் இருப்பதால் அவ்வப்போது அப்பாவைப் பார்த்து நிலைமையைத் தெரிந்து கொள்வார். சமீப நாட்களாக அப்பாவின் கூடவேயிருந்தார். குட்டேட்டன் உண்ணியிடமும் பேசியிருப்பார். ஆனாலும் அவன் வருவானா...?

எதிரே ஆள் நடமாட்டமில்லாத இடத்திலிருந்து ஃபயர் என்ஜினின் மணிச் சத்தம் நெருங்கி வந்து காரைத் தாண்டிச் சென்றது.

குன்றுகளும், தூரத்திலிருக்கும் குன்றுகளும், அவற்றுக்கிடையே போகும் சாலையில் சின்னச்சின்ன கடைகளிருக்கும் இந்த வழியில் எங்கு தீப்பற்றியெரிகிறதோ? இது ஒரு சகுனமாயிருக்குமோ?

வெந்நீரும்... அடுப்பெரிக்க உபயோகிக்கும் எண்ணெயும்... அப்படியில்லை... அப்படியில்லை... கயிறு கட்டிய காளை... என்றெல்லாம் தோன்றும் நினைவுகளில் எங்கேயாவது தீ இருக்கிறதா..?

அலுவலகத்தில் பத்து மணிக்கு வந்து, முதல் தபாலைப் பிரித்து சேட்டுக்கு படித்துக் காண்பிக்கும்போதுதான் டிரங்கால் வந்தது. மறுமுனையில் குட்டேட்டன், பப்ளிக் டெலிபோன் பூத்திலிருந்து பேசினார். அவர் தொலைபேசியில் பேசி இப்போதுதான் முதல் முறையாகக் கேட்கிறேன்.

''அப்பாக்கு ரொம்ப முடியல''

எதிர்பார்த்ததுதான். முடியவில்லை என்றால் நோயின் தீவிரம் மட்டும்தானா? எந்த வார்த்தைகளையும் மறுமுனைக்கு கடத்த முடியவில்லை.

''அப்பு வந்து சேர்ந்திட்டான், நீ வரும்போது அவனோட பிள்ளைகளைக் கூட்டிட்டு வா. நீ எப்ப கௌம்பறே?''

'நான் உடனே வருகிறேன்' என்று மட்டும் சொன்னேன்.

சேட்டு என்னைப் பார்க்கவில்லை. இரவில் கடை மூடியபிறகு பெரிய தொகையைப் பந்தயப்பணமாக வைத்து விளையாடும் சேட்டு, ரிக்ஷாவில் உட்கார்ந்து இடுப்பு பெல்ட்டை அழுத்தி பத்திரமாய் பிடித்தபடி பிழிந்து வைத்த துண்டைப் போல ஆடிஆடி வீடுபோய்ச் சேரும்போது பல நாட்களில் விடிந்துவிடும்.

தன் சமூகத்திலிருக்கும் எல்லோரையும்போல இரண்டு பக்கங்களிலும் வளர மறந்துபோன சேட்டிற்கு அலுவலகக் கதவைக் கடக்க குறுக்கே நுழைந்துதான் உள்ளே போக வேண்டும்.

எப்போதும் இடுப்பில் இறுக்கி வைக்கப்பட்ட சாவிக்கொத்தை அசைத்தசைத்து நடக்கும் சேட்டம்மாவிற்கு 'ரைட்டர் பாயான' என்னை மிகவும் பிடிக்கும். எப்போதாவது வீட்டிற்குப் போகும் என்னிடம் சேட்டை நன்றாக கவனித்துக் கொள்ளச் சொல்வாள். குலோப்ஜாமூன் தருவாள். ''தண்ணி கிண்ணி சாப்பிடாதே'' என்று தமிழில் உபதேசிப்பாள். நாற்பது வயதிற்குப் பிறகும் தனியாளாய் வாழ்க்கையைக் கொண்டு செல்வது சரியல்ல என்று அக்கறையோடு பேசுவாள். மறுபடியும் முடிக்கும்போது சேட்டை நன்றாகக் கவனித்துக் கொள்ளச் சொல்வாள்.

ஆனால் மெர்சண்ட்ஸ் கிளப்பில் விடியும்வரை உட்கார்ந்து குடித்து கும்மாளமிட்டு சீட்டு விளையாடுவதை நான் சொல்லலாமா? அவளுக்கே தெரியுமா? சொன்னாலும் அவள் என்ன சொல்லக்கூடும்?

சேட்டம்மாவின் வெளுத்த குண்டு முகத்தின் வெற்றிலை கறை படிந்த சின்னசின்ன பற்களின் புன்னகையில் அழகு மிளிரும் சௌந்தரியமான நிமிடங்கள் அவை.

''அதுக்கென்னா? துட்டு கிடைக்குதே''

குழந்தைகள் இல்லாததுகூட ஒரு லாபம்தான் என்று நினைக்கும் சேட்டையும் சேட்டம்மாவையும் என்ன செய்யலாம்?

டெலிபோன் அழைப்பு யாருடையதென்று சேட்டு கேட்கவில்லை. தூங்குவது போலவே உட்கார்ந்திருக்கிறார். டெஸ்க்கின் டிராயரை இழுத்துச் சாத்தியபோது, சமன்லால் பாய் சேட் கண்களைத் திறக்கிறார். ''கியா ஹூவா''

பிறகு தமிழில் ''என்னாச்சு?'' என்கிறார்.

மலையாளத்தைவிட அவருடைய தமிழ் நன்றாக இருக்கும். அதனால் மன்னித்துவிடலாம்.

நான் சொன்னேன். ''எனக்கு உடனே கிளம்பணும் சேட்டு. அப்பா இறந்துவிட்டார். பிறகு சரி செய்கிறேன்''

''இல்ல இல்ல சாகக்கிடக்கிறார். நிலைமை ரொம்ப மோசமாயிருக்குன்னு போன் வந்துச்சு''

பேப்பர்களை ஒழுங்குபடுத்தி வைத்துவிட்டு நான் எழுந்தேன். சேட்டு அதிர்ச்சியுடன் உட்கார்ந்திருந்தார். டப்பாவிலிருந்து காரமும் இனிப்புமான பாக்குத்தூளை எடுத்து வாயில்போட்டு மெல்லுவதற்கு மறந்திருந்தார். பாவமான முகத்தைப் பார்த்தபோது எனக்குக் கோபம் வந்தது.

'சாலா' என்ற வார்த்தை அவர்களின் பாஷையில் கெட்ட வார்த்தை என்று தெரிந்தும் பிரயோகபடுத்தினேன்.

'சாலா'

'உங்களை அல்ல என் அப்பாவைச் சொல்கிறேன். நீங்கள் கோபித்துக்கொள்ள வேண்டாம்'

அந்த வார்த்தையால் ஒருமுறை எனக்கு வேலையே போயிருக்கிறது. வேலை போவது அது மூன்றாவது முறை. பயன்படுத்தவே முடியாதென்று தீர்மானமாகத் தெரிந்தும் எனக்குத் தெரிந்தவர் ஒரு பிரஸ் வாங்கி மாத இதழொன்றைத் தொடங்கினார். அவருக்கு இரண்டு கைகளிலும் ஆறு ஆறு விரல்களுடன் கழுத்தில் ஒரு பெரிய மருவும் இருக்கும். ஆசிரியர் வி.கே.ஆர்.நாயர் என்று அச்சடித்த என் பெயரை மனதிற்குள் கம்பீரமாக ஏற்று அறுபதுரூபாய் சம்பளத்திற்கு வேலையில் சேர்ந்தேன். ஆனால் அந்த ஆசை நீடிக்கவில்லை. யார் யாரோ அனுப்பும் அபத்தக் குப்பைகளிலிருந்து தேடித்தேடிப் பக்கங்களை நிரப்ப வேண்டும். வட இந்தியாவிலிருந்து ஒரு மிலிட்டரிக்காரன் அனுப்பிய கதை அச்சாகி வந்தபோது அதில் 'சாலா' இருந்தது.

''பத்திரிகை வேலை லேசுப்பட்ட காரியம்னு நினைச்சீங்களா நீங்க?''

"இல்ல சார்"

"இந்த கதையைப் பாத்தீங்களா?"

"இல்ல சார்"

"இது கெட்ட வார்த்தை, அம்மா, அக்கா, தங்கைகள், குழந்தைகள் சேர்ந்து உட்கார்ந்து படிக்கும் என் பத்திரிக்கையில…"

அவருக்குப் பன்னிரெண்டு விரல்களும் நடுங்கி கழுத்தில் இருக்கும் வெண்மரு சிவந்து துடித்தது. அப்படி 'சாலா' என்ற வார்த்தை, உலகத்திற்குப் பயன்படவிருந்த ஒரு வருங்காலப் பத்திரிக்கையாளனை இழந்தது.

'சாலா' என்னால் உன்னை மறக்கவே முடியாது'

உன் குடும்பத்தில யாரும் சாகல சேட்டு, இனியும் சாக மாட்டாங்க. உன் வம்சமே சாகாது. என் அப்பாவைப் பற்றித்தான் சொன்னேன்.

ஏழாவது முதலாளியான சேட்டு தேவைக்கும் கூடுதலாக எனக்கு பணம் தந்தார். "இப்படி ஒரு காரியமாப் போகும்போது பணம் கொஞ்சம் கூடுதலாகவே செலவாகும். கையில எதுக்கும் வெச்சிக்கணும்" என உபதேசித்தார்.

ஆபிஸ் பையனைக் கூப்பிட்டு டாக்ஸி ஸ்டாண்டலிருந்து சேட்டின் பிரைவேட் டாக்ஸியைக் கொண்டுவரச் சொன்னார்.

"ரைட்டர் பாய் போய்ட்டு வா. சமதானமாகப் போய் வா. எல்லாம் கடவுளின் செயல்" ஷிர்டி சாய்பாபா, விஷ்ணு, மேலும் ஏதோ ஒரு யோகினி மாதாவின் சந்தனப் பொட்டு வைத்த படங்களையெல்லாம் சேர்த்து வணங்கினார்.

உண்ணி ஒருவேளை இதை நம்பமட்டான். அவனுடைய நினைப்பில் சேட்டுக்கு தொந்தி உண்டு. முட்டாள், உண்டிப் பெட்டிதான் கடவுள்.

இப்ப பாரு, நானும் நீயும் வழிகாட்டும் அச்சு மாமாவின் நரைத்து வெளுத்துப் போன குடைக்கு பின்னால் அம்மாவுடன் நடந்து ‘குரையாறு’ குட்டி வைத்தியரைப் பார்த்து சீட்டுவாங்கி, ஏரோமன் நாயரின் வீட்டிற்கு வந்து பானகம் குடித்து ‘காடாம்புழயில்’ கும்பிட்டு வரும்போது தூரத்தில் தெரியும் குன்றுகளிலிருந்து இறங்குகிறேன். காரில் அதாவது ‘சமன்லால் சன்ஸ் டொபேக்கோ’ கம்பெனியின் காரில் வருகிறேன்.

‘‘ராஜன் நீ இப்ப எங்க இருக்க? கூட்ஸ் கிளார்க்குதானே?’’

‘‘அதைவிட்டுட்டேன், இப்போ வேறொரு கம்பெனியில இருக்கிறேன்’’

‘வெள்ளக்காரத் துரையோடதா அது?’’

பெரியம்மா புருஷன்தான் கேட்கிறார். அவருடைய மகன் துரையின் கம்பெனியில் வேலை பார்கிறார்.

இல்லை, அவரை என்ன சொல்லி அதிரச் செய்யவேண்டும் என்று எனக்குத் தெரியும்.

‘‘ஒரு வடஇந்தியக் கம்பெனி. மொத்த வியாபார டீலர்கள். மோனாபொலி பிஸினஸ்’’

கிழவனுக்கு என்னச் சொல்ல வரோம்னு புரியக்கூடாது. வேலை கேட்ட தொரையின் கம்பெனி வேறு, வேலை கேட்காத கம்பெனியின் மகத்துவம் வேறு என்று நினைக்கவைக்க எனக்குத் தெரியும்.

சரளைக் கற்கள் முடிவுறும் போதான சாலையின் இருபக்கங்களிலும் கரும்பாறைகள் கூட்டமாகக் குவிந்திருக்கும். அவை பழுத்து சூடேற இன்னும் சிலமணி நேரமாகும். பெரியப்பாவின் வெள்ளிப்பூண் போட்ட விசிறியின் சலனம் நிற்கும் நிமிடங்கள் அவை. மிகச்சரியாகத் தேர்ந்தெடுக்கப்படாத வார்த்தையின் ஒழுங்கின்மையைப் பார்க்க முடியும் கண்களின் இயலாமை. நான் சிரிப்பேன். அந்த நாட்களில்

அனுப்பிய மனுக்களின் பதில்களுக்காக, தூள் மணல் குழைந்த இடத்தில் நடக்கும்போது தனியாக மீண்டும் சிரிப்பேன்.

என்னில் ஒரு கோமாளியிருக்கிறான். உண்ணியைப் போல எழுத்தைத் தொழிலாக்கியிருந்தால் நான் அழ மறந்து கோமாளியாய் மாறிவிட்ட ஒருவனின் கதையை எழுதியிருக்கலாம்.

அதைத் தெரிந்துதான் அம்மா சொன்னாளா?

"உனக்கு எப்பவும் விளையாட்டுதான் ராஜன்"

சப்இன்ஸ்பெக்டருக்கு ஆள் சேர்க்கும் வேலைக்கு மனு அனுப்பின உடனே காக்கி ட்ரௌசர்கள் போட்டு நடந்தால் எப்படியிருக்கும் என்று யோசித்தவன் நான்.

பாறைக் கூட்டத்துக்குப் பக்கத்தில் இறங்கி வந்துபோது சாலையில் சட்டென, கூட்டம் ஒரு மாயாஜாலம் போல முன்னால் கூடியிருந்தது. முதலில் மைக்கின் அலறல்கள். கொடிகள் குத்திய கார்கள், லாரிகளில் அழுத்தி அடைக்கப்பட்ட மேல்மூச்சு வாங்கும், சுவாசம்விட மட்டும் அனுமதிக்கப்பட்ட மனிதக் கூட்டங்கள், பைத்தியக்கார விடுதிகளின் விழாக்கள் போலயிருந்தது. பைத்தியக்கார விடுதிகளின் விழாக்களைப் போல நான் வழியில் ஒரு கூட்டத்தைப் பார்த்தேன் என உண்ணியிடம் சொல்ல வேண்டும். ஒருமுறை பைத்தியக்கார விடுதிக்கு பேர்போன நகரத்திற்குப் பின்னால் முள் வேலிக்குப் பக்கத்தில் உள்ள விடுதியில் தங்கியிருந்திருக்கிறேன்.

"மெல்ல நாணு மெல்ல" இந்த மனிதர்களைப் பார்த்தபோது பயம் கவ்வியது. அதனால் டிரைவரிடம் மீண்டும் சொன்னேன்.

இரண்டு பக்கங்களிலும் கோஷமிட்டு கடந்துபோய்க் கொண்டிருப்பவர்களின் உயர்த்திப் பிடித்த முஷ்டிகள் என்னைப் பார்த்தபடி இருப்பதாய் நான் உணர்ந்தேன்.

"பத்திரமா போ நாணு"

நிறுத்தியிருந்த காரின் கண்ணாடியில் அவர்களுடைய உயர்த்திய முஷ்டி. ஒரு கீறலிட்டால் போதும். அது பொறுப்புணர்ச்சி அதிகம் உள்ள கை. கூடாது, அவர்களுக்கு வழி உண்டாக்கிக் கொடுக்க வேண்டும்.

''சார், இது இப்ப முடியாது போலயிருக்கு''

''அவசரமில்ல''

நாணு திரும்பிப் பார்த்தான். அவனுக்குத் தெரிந்திருக்கலாம். அவசர அவசரமாகப் போவதில் எந்தப் பிரயோஜனமுமில்லை.

கடந்த ஏழெட்டு நாட்களாக ட்ரங்காலோ, தந்தியோ வருமென்று எல்லோரும் காத்திருந்தோம்.

மெட்ராஸிலிருந்த டாக்டர்கள், 'இனி ஏதும் செய்ய முடியாது' என்றுதான் சொல்லியிருந்தார்கள். அடுத்த திங்கட்கிழமைக்கு டிக்கெட் புக் செய்திருக்கிறேன். ஸ்டேஷனிலிருந்து இறக்க, ஸ்டெச்சர் தேவைப்படலாம். உதவிக்கு சிலரை நிற்கச் சொல்லி எழுதியிருந்தேன்.

மூன்று நிமிடங்கள் மட்டுமே வண்டி நிற்கும் ஸ்டேஷனில் ஆறு நிமிடங்கள் நிற்கிறது. அப்புவின் திறமைதான் அது. அவன் ரயில்வேயில் அந்த ஸ்டேஷனில் வேலை பார்த்திருக்கிறான்.

உண்ணிக்கு பழக்கமானவர்கள் பலரும் இருக்கிறார்கள். யாரோ ஒருவரின் பெரிய படகுக்காருடன் அறுபது மைல்கள் இந்தப் பக்கம் உள்ள ஸ்டேஷனுக்கு வந்திருந்தான். பின் சீட்டில் குஷன் வைத்துத் தைத்திருந்தார்கள்.

மில்லிற்கு முன்னால் பஸ்ஸிலிருந்து இறங்கி ஒரு ஃபர்லாங்க் தூரத்தில் அப்பாவின் வீடு இருக்கிறது. குட்டேட்டன் அதற்கும் வழி செய்திருந்தார். வேலிக்கு மதில்கள் கட்டாமல் சுற்றிலும் தென்னை வைத்திருந்தார். ஒரு வேலையாள் வழியைச் செதுக்கி சரி செய்திருந்ததால் கார் வீட்டு வாசலிலேயே நின்றது.

உண்ணி மட்டும் வாசலிலேயே நின்று விட்டான். மச்சு வீட்டின் கீழே தயார் நிலையில் வைக்கப்பட்டிருந்த அறையில் அப்பாவைக் கொண்டு போய் படுக்க வைத்தார்கள். உண்ணி திரும்பிப் போனான். அவனுக்கு வேலை இருக்கிறது. அவன் எப்போதும் வேலைகளிலேயே இருப்பவன். அப்புவும் நானும் மாலையில் திரும்பி வரும்போது ஊர் வழக்கப்படி நோயாளியின் நிலைமை மிகவும் மோசம் என்று உணர்ந்து திரும்பிப் போன நேரத்தில் கடமையாய் அழுத அப்பாவின் சகோதரிகள் கொஞ்சம் மீதியிருக்கும் செயற்கையான தேம்பல்களோடு என்னைக் கேட்டார்கள்.

"சாப்பிட்டுட்டுப் போங்களேன்?"

அப்பு சொன்னான். "குழந்தைகள் அங்க தனியா இருக்காங்க"

எனக்கு யாரிடமாவது எப்போதாவது கேட்கவேண்டும்போல இருக்கிறது. குழந்தைகள் என்றால் மனைவி, குழந்தைகள், வெறும் குழந்தைகள். இவர்கள் எல்லாம் எங்கள் குடும்பத்தின் அங்கத்தினர்கள்தான். எங்கோ கேட்ட கதையில் பழைய மூதாட்டி இந்த வார்த்தைகளை எங்களுக்காக ஒளித்து வைத்திருந்தாளா?

"ராஜனோ?"

குழந்தைகளுமில்லை, மனைவியுமில்லை. ஆனால் கம்பெனி இருக்கிறது. கம்பெனிக்கு ஒவ்வொரு நாள் காலையில் கண் திறக்கும் போதும் என்னை முதலில் பார்க்க வேண்டும்.

நானும் போகிறேன். இப்போது போனால் ஆலமரத்தடிப் பேருந்து நிறுத்தத்தில் கடைசி வண்டியைப் பிடித்துவிடலாம்.

அண்ணன் எப்போதும் சாதுவானவன். குட்டேட்டன் என்று மற்றவர்களிடம் சொல்லும்போதுதான் அப்படி. இந்த அண்ணனுடையது காதல் திருமணமாகயிருந்தது. காதல் கடிதங்கள் பல பரிமாறி, அந்தக் கடைசி கடிதத்தின் தொடக்கமாகத்தான் இவர்கள்

இருவரும் திருமணம் செய்து கொண்டார்கள் என்று என்னால் நம்ப முடியவில்லை.

சிரிக்கப் பயப்படுவதுபோல உதடு கோணி, கோபப்பாவனையில் நிற்கும் உண்ணியின் முகத்தைப் பார்த்து மனிதன் என்ற வார்த்தையின் அர்த்தம் என்ன என்று கற்றுக்கொள்ளலாம், உங்களுக்குத் தெரியுமா?

அன்று வீட்டின் அருகிலிருக்கும் வேட்டைக்காரன், பக்கத்து வீட்டுக்காரர்களிடம் அனுமதி பெற்று புதர் மண்டியை வரப்பைச் செதுக்கி சரி செய்த சாலையின் வழி, இப்போதும் அப்படியேயிருக்குமா? அப்படி இருந்தால் வீட்டு வாசலிலேயே போய் காரில் இறங்கலாம்.

ஊர்வலம் இவர்கள் காரைக் கடந்து போனது.

டெலிஃபோனில் பேசும்போது நிறைய துக்கம் தெரிந்தது. அண்ணனுடைய வார்த்தைகள் உடைந்தும் சுருங்கியும் போயிருந்தன. என்ன சொன்னார் அவர்? அப்பா மரணத்தை நெருங்கிவிட்டதாக மட்டும்தான் சொன்னாரா? இல்லை..?

கடைசிச் சொட்டு உயிர்நீர் கொடுக்கும் வழக்கம் மன அடுக்குகளின் வழியே வந்து உறைந்தது.

'பிள்ளைகள் எல்லோரும் பக்கத்துல வாங்க'

சின்ன அறை. அது நிறைய ஆட்கள். வெளியே நிலைமையைத் தெரிந்துகொள்ள பலர் காத்திருக்கின்றனர். சாகக்கிடப்பவர் உன்னதமானவரா இல்லை சிறுமையானவரா என்று தர்க்கத்தில் ஈடுபட்டிருக்கும் அறிவுஜீவிகள். மச்சு வீட்டின் மேலே எப்போதோ வைத்த காசியின் புனித நீரைக் கொண்டுவந்து சின்ன வெண்கலக் கிண்டியில் ஊற்றி, உதடு நனைக்க துளித்துளியாய் நீர் விடுகிறார்கள். கடைசி நிமிடத்தின் அறிவிப்பைச் சொல்லும்வரை அடக்கி நிறுத்த முயலும் இறுதி நொடிகளின் அடர்த்தி சொல்லிலடங்காதவை.

குன்றிறங்கி விருந்தினர் பங்களா கடந்து பழைய தலைமுறையின் பிரபல விபச்சாரியின் வீடொன்று உண்டு - ரகசியமாக அங்குவரும் சர்க்கிள் இன்ஸ்பெக்டரின் வருகை ஒருமுறை அம்பலமானதற்குப்பிறகு எல்லாவற்றையும் கிண்டலும் கேலியுமாகப் பேசும் எங்கள் ஊர் மக்கள் அவ்வீட்டை 'சர்க்கிள் இன்ஸ்பெக்டர் வீடு' என்றே அடையாளப்படுத்தினார்கள் - அந்த வீடு தாண்டி வாசல் தெரியும் வளைவு கடந்து, யாருடைய சவக் கல்லறையையோ தாண்டி சின்ன நகரத்தின் விலாசம் தேடும் சந்தை வழியாக...

இங்கேயும் உண்ணிக்கு ஏதாவது சொல்ல இருக்கக்கூடும். எதற்கு அவனை இப்போது மீண்டும் நினைக்கிறேன்? அவன் இன்று வரமாட்டான். எங்கள் குடும்பத்தின் சாபக்கேடு அது. அவன் இந்த நிலைமையைப் பார்த்தால் சொல்வான். பாருங்க, நான் எப்போதும் சொல்வேனே அதுபோல இன்றும் அந்த ரயில்வே கேட் அடைக்கப்பட்டிருக்கிறது. எப்போதும் என் பயண அவசரத்தின் போதெல்லாம் ரயில்வே கேட்டுகள் இப்படித்தான் அடைக்கப் பட்டிருக்கும்.

டிரைவரிடம் கேட்டேன் ''நாணு, கடையில் நிறுத்தி ஒரு டீ குடிக்கலாமா?''

''வேணாம்''

சாலையின் இருபக்கமும் வரிசையாய் நிற்கும் வாகனங்களைப் பார்த்துப் பதட்டமடைந்து சொன்னேன்,

''நேரமாகும் போலயிருக்கே?''

உண்ணியின் மதிப்பீடு தவறியது. அவனுடைய அனுமானத்தில் எப்போதும் ரயில் நிலையத்தின் எதிர்ப்பக்க கேட்தான் முதலில் திறக்கும். அவன் அதைப்பற்றி எழுதியிருக்கிறானா? இல்லை பேசியிருக்கிறானா? அவன் எழுத்தைப் படிப்பது மனப்பதட்டத்தை ஏற்படுத்துவதால் நான் பல நேரங்களில் படிக்காமல் விட்டு விடுகிறேன்.

அவனுடைய வார்த்தைகளின்படி முதலில் வந்து சேர்ந்த நாம் காத்து நிற்கும்போது, எதிர்ப்பக்க கேட் திறந்ததும் அதுவரை தேங்கி நின்ற வாகனங்கள் ஒவ்வொன்றாய் கடந்து போகின்றன. இல்லை... இந்தமுறை முன்னால் இருக்கும் கேட்தான் முதலில் திறக்கப்பட்டது. உடன் எங்களுக்கு வழி கிடைத்தது.

நோய்மை, சிகிச்சை, மரணம், துக்க நாட்கள், பதினாறு கும்பிடுவது. கடைசிநேரச் சடங்குகளை வைத்துதான் பிள்ளைகள் என்னவெல்லாம் செய்தார்கள் என்று ஊர்க்கரர்கள் மதிப்பீடு செய்கிறார்கள். 'என்ன செய்து என்ன? கடைசியாகத் தொட்டு தண்ணி கொடுக்கக்கூட முடியவில்லை, அதிர்ஷ்டமில்லாதவன்' எனப் பலரைப் பற்றியும் சொல்லக் கேட்டிருக்கிறேன்.

பேலன்ஸ் ஷீட்டில் ஏற்ற இறக்கங்களைப் பற்றி யாரும் யோசிக்க மாட்டார்கள். யாருக்கும் தொடர்ந்து அடையாறு புற்றுநோய் மருத்துவமனையில் காத்திருக்க நேரமில்லை. அதனால் ஆள்மாற்றி ஆள்மாற்றிப் பார்த்துக்கொண்டோம். காற்றாடி மரங்களின் நடுவில் கம்பி வேலிக்கருகில் பரந்து விரிந்திருக்கும் கட்டிடங்கள். வெளியே சமையல்காரரோடு தங்கியிருக்கும் ஒரு நோயாளிக் குடும்பத்தின் பழைய கட்டிடத்திலிருக்கும் அறை ஒன்றை வாடகைக்கு எடுத்தோம். அப்புதான் மருத்துவமனையில் சேர்த்து, அறையையும் வாடகைக்கு எடுத்துக் கொடுத்தான். இரண்டாவது வாரத்தில் விடுமுறை எடுத்து மெட்ராசுக்கு வந்தபிறகு அப்புவை வீட்டிற்கு அனுப்பினேன்.

வார்டில் மாலையில் மட்டுமே பார்வையாளர்களுக்கு அனுமதி உண்டு. சிவந்த கம்பளியால் இடுப்புவரை போர்த்திப் படுத்திருக்கும் அப்பாவின் அருகில் ஊரிலிருந்து அழைத்து வரப்பட்ட வேலையாள் எப்போதும் உடன் இருக்கிறான். கோபோல்டு தெரபியால் அஸ்தி கலசத்திற்கு காய்ந்து சுருங்கிய சரீரம்... பேசச் சிரமப்படுகிறார்.

வாடகை அறையில் பகலை நீட்டித்துக் கொண்டிருப்பதில் சலிப்பேற்படுகிறது. எந்நேரமும் வெளியே நோயாளிகளின் வீட்டு

ஆட்களின் சமையலும் சாப்பாடும், பேச்சுக் குரல்களும் கேட்டபடியே இருந்தன. புடவைகள் காய வைத்திருக்கும் கொடிகளைக் கடந்துதான் எங்கள் அறைக்குப் போக வேண்டியிருந்தது. எல்லோருக்கும் பொதுவான குளியலறை. அதன் கதவைத் தாள் போட முடியாது. அடிப் பகுதியில் குழந்தைகள் வரையும் சூர்யோதயத்தின் வடிவில் கதவு துருப்பிடித்து அரித்திருந்தது. தாங்கமுடியாத வெயிலில் கடற்கரை மூலையில் பார்க்கமுடிகிற கொஞ்சம் நிழலைத் தேடி நடப்பேன். மூன்றாம் நாள்தான் பாலத்தினருகில் உள்ள பேருந்து நிறுத்தத்தில் கான்க்ரீட் பெஞ்சுகளைப் பார்க்க முடிந்தது. பயணிகள் மாறிக் கொண்டே இருப்பதால் யாரும் ஏதும் கேட்க மாட்டார்கள். எப்போதுமே பஸ்சுக்காகக் காத்துக் கிடக்கும் மனநிலையுடன் அவஸ்தையோடு நிற்கும் பயணியைப் போல நான் அங்கே உட்கார்ந்திருப்பேன்.

கீழே குளத்திற்குப் பக்கத்தில் பச்சைப் படர்வுகளுக்கு மேலே பெரிய வெண்மாடம் உயர்ந்து நிற்கிறது. யாருடையதோ மாளிகை மாதிரி இருக்கிறது அது. தமிழ்நாட்டின் ஏதோ ஒரு மூலையில் சில கிராமங்களைக் கட்டி ஆண்டவரின் மாளிகையாக இருக்கலாம். 1955 ஆம் வருடம் வேலை தேடி அலைந்து திரிந்த நாட்களில், நகரத்திற்கு முன்பே வந்து சேர்ந்த பழைய நண்பர்களுடன் அங்கேயெல்லாம் சுற்றியிருக்கிறேன். மாளிகையில் புதிய தலைமுறையின் அங்கத்தினர்கள் நிரந்தரமாகச் சூதாடத் தொடங்கியிருந்தார்கள். பணத்தை இழக்கவும் மீட்கவுமான ஆடுகளமே சூதாட்டம். அது கொலைவரை போனது. அவ்வீட்டின் மூன்றாவது பெண்ணின் அழுகிய உடல், தடாகத்தில் மிதந்தபோது மாளிகையின் உள்ளே போலீஸ் நுழைந்தது.

நாலு மணிக்குத்தான் மருத்துவமனையின் வார்டு கதவுகளைத் திறப்பார்கள். முதல் பத்து நிமிடங்களின் தள்ளுமுள்ளு குறையும்வரை நான் காத்திருப்பேன். இரண்டு பக்கமும் பார்க்காமல் வராந்தாவில் நடந்து, வார்டில் போய் அப்பாவின் கட்டிலுக்கருகில் நிற்பேன்.

கண்மூடிப் படுத்திருந்தாலும் உடன் நின்று கொண்டிருக்கும் சங்கரன் நாயரிடம் சொல்வேன்.

‘‘எழுப்ப வேணாம்’’

தினமும் ஒரே மாதிரியான கேள்விகளைத்தான் அவரிடம் கேட்க முடியும்.

‘‘சாப்பிட்டாரா?’’

‘‘கொஞ்சம் ஆரஞ்சு சாறு. நேத்து ராத்திரி கஞ்சி வேணும்னு கேட்டார். ரெண்டு ஸ்பூன்தான் சாப்பிட்டார். அப்பறம் வேணாம்னுட்டார்’’

‘‘டாக்டர் வராறா?’’

‘‘ரெண்டு வேளையும் வராங்க. நாளைக்கு ஒரு ஊசி போடணும்னு சொல்லிருக்காரு’’

பிறகு பேச எதுவுமிருக்காது. சில சமயம் சங்கரன்னு கூப்பிடுவார். மிகவும் சோர்வுடன் இருப்பார். உறக்கமில்லை. எல்லாம் கேட்டபடி அப்படியே அசையாமல் படுத்து கிடப்பார். கண் திறந்தால் பேச புதியதாய் ஒன்றும் இல்லாததால் வெறுமனே உதடுகளைக் கெட்டியாக மூடிப் படுத்துக் கிடப்பார். குனிந்து கட்டிலருகே போனால்தான் பேசுவது புரியும்.

‘‘குட்டனின் கடிதம் ஏதாவது வருதா?’’

‘‘ம்’’

‘‘உனக்கு நேரமாகலயா?’’

‘‘உண்ணியோ, அண்ணனோ வரட்டும். அவசரமில்ல’’

வெளியே வராந்தாவில் தலையில் துண்டு போட்டு மூடிய கருத்த உருவங்கள். மூக்கிலிருந்து பெரிய ரப்பர் குழாய்கள். பறவைகளின் கார்ட்டூன் படங்களை ஞாபகப்படுத்தும் வகையில், ஜெனரல் வார்டின்

நோயாளிகள் கண்ணாடிக் கதவுகளுக்கு அப்பால் நகருவதைப் பார்க்காமல் போக முயற்சிப்பேன். புறப்படும்போது சங்கரனுக்கு மன நிறைவாகயிருந்தது. மருத்துவமனை கேன்டீனின் சாப்பாடு நன்றாகயிருக்கும். கேரளாவிற்குத் திரும்பி வந்தபிறகுகூட சந்தைகளிலும் வீடுகளிலும் சென்னை நாட்களின் கதைகளை சங்கரன் சொல்லிக்கொண்டேயிருந்தான்.

''அவர் ஒரு பாக்கியவான். புண்ணியம் செய்தவரு பெரியவரு, என்ன மாதிரியான ஆசுபத்திரி அது. ஒரே மாதிரி வளர்ந்த நான்கு ஆண் பிள்ளைகள் ஒருத்தர் போனால் ஒருத்தர். நம்மள மாதிரி யாருக்காவது இப்படி ஒரு வியாதி வந்திருந்தால் அந்தச் செலவை யோசிச்சுப் பாத்து, 'நாராயணா' என்று கடவுளைப் பிராத்தித்து ஒரு பக்கமாப் படுத்திருக்கத்தான் முடியும்''

அண்ணன் எல்லா விஷயத்தையும் திட்டமிட்டுச் செய்யக் கூடியவர். சென்னைக்குப் போகும்போது முதல் வகுப்பில் ரெண்டு பெர்த்துகள். அடுத்த ஸ்லீப்பர் சங்கரன் நாயருக்கானது. முதல் வாரம் முடியும்போது ராஜன் லீவு எடுத்தால் போதும். அது முடியும்போது உண்ணி வருவான். பிறகு அப்பு. கொஞ்சம் அதிகமாக செலவு ஆனாலும் ஒவ்வொருத்தரும் கொஞ்சம் பிரித்து, தயாராக எடுத்து வைத்துக் கொண்டார்கள். குறையில்லை, அதிகாரமில்லை, கடமைகளைப் பற்றி ஞாபகப்படுத்தல் இல்லை. தேர்வு நெருங்கும் நாட்களில் அலாரம் வைத்து தூக்கத்தையும் படிப்பையும் நடத்தும் நுட்பத்தோடு எல்லாம் நடத்துவார் பெரிய அண்ணன்.

காரை நிறுத்தச் சொன்னேன். இடதுபக்கம் இரண்டு வழிகளிருக்கின்றன. முதலாவதோ, இரண்டாவதோ. நாணு மெதுவாகப் போ. இந்த வழியிலேயே போகலாம். இரண்டாவது வழியினூடாக... 'நொட்ட நாலிக்கல்லின்' மேல்கூரையில்லாத பகவதி கோவிலும் பெரிய ஆலமரமும் பக்கத்திலேயே இருக்கிறது. இந்த வழிதான். ஒரு

முறைதான் அப்புவின் வீட்டிற்குப் போயிருக்கிறேன்; ஆனாலும் அப்படியே ஞாபகமிருக்கிறது.

குளக்கரைக்கு முன்னால் வலது பக்கத்தில் பெரிய வீடு தெரியும். வயல் தாண்டிப் போனபோது மிகத் துல்லியமாய் வழி தெரிந்தது.

பெரிய வீட்டின் பின்னால் சின்ன வாடகை வீட்டில்தான் அப்புவின் குடும்பம் இருக்கிறது. கேட்டுக்குப் பக்கத்தில் நிற்கிறாள் அவள். தாராளமாய் அள்ளிப் பூசிய மை அவள் கண்களில் கலங்கியிருக்கிறது. மின்னும் உடை, வால் நீண்ட அழகிய கிளியைப் போல அவள் முடியிலிருந்து ஒரு நீண்ட ரிப்பன் தொங்கிக் கொண்டிருந்தது.

அவள் திரும்பி நின்று கத்தினாள்.

''அம்மா ராஜா மாமா வந்திட்டார்''

ஹேமா தயாராகி இருந்தாள்.

''ராஜேட்டேன் நீங்க உள்ள வரலியா?''

''இல்ல, வா சீக்கிரம் போலாம்''

கடந்துபோன பயணத்தின் இரண்டு மணி நேரத்தில் தோன்றாத பொறுமையின்மை, பதினைந்து நிமிட தூரமிருந்தபோது தோன்றியது. அப்புவோ, அண்ணனோ தன் வருகை குறித்துத் தகவல் கொடுத்திருக்கக்கூடும். அதனால்தானே இவர்களும் தயாராக இருக்கிறார்கள்.

''நாணு வண்டியத் திரும்பிக்கோ போலாம்''

ஹேமாவிற்குப் பின்னால் மூத்த மகளும் வருகிறாள். அவளுக்கு என்ன வயதிருக்கும்? பதினொன்றா பன்ரெண்டா? அப்பு, சின்ன வயதிலேயே கல்யாணம் பண்ணியிருந்தான். அந்தப் பெண் என்னைப் பார்த்துச் சிரித்தாள். கடவுளே உனக்கு மட்டும் புரிந்து கொள்ளக்கூடிய

தர்மசங்கடமான நிமிடங்களின் குவியலிது. இவளின் பேரென்ன? அப்புவின் மூத்த மகளின் பேர்..? எப்போதோ ஞாபகம் இருந்தது.

''என்னாடி எப்படியிருக்கே?'' என்று மட்டும் சிரித்தபடி கேட்டேன். அவசியத்திற்கும் அதிகமான அளவு, பாவாடை தரையைத் தொட்டபடியிருந்தது. அவள் அப்புவைப் போல நல்ல நிறமுடன் இருந்தாள். முன்பே உடையணிந்து தயாராக நின்றதனால் கழுத்தைச் சுற்றி ஜாக்கெட் நனைந்திருந்தது. முகத்தில் விரல்பட்டு பவுடர் கலைந்த அடையாளமிருந்தது.

ஹேமா இறங்கி வந்தபோது கேட்டேன்.

''அப்பு நேற்று ஆள் அனுப்பினதால போயிருக்கிறானா?''

''ஆமாம், நிலமை ரொம்ப மோசமாயிருக்கு. ராஜேட்டன் வரும்போது இங்க வந்திட்டுதான் வருவார். தயாராக இருங்கன்னு இன்னக்கி அந்த வேட்டக்கார பையனிடம் சொல்லி அனுப்பியிருந்தார்''

குழந்தைகள் முதலில் காரில் ஏறினார்கள். ஹேமாவும் பின்னால் ஏறியவுடன் கதவடைத்து முன்னால் ஏறி ஒரு பீடியைப் பற்ற வைத்தேன்.

பாலத்தின் கீழே ஆற்றுமணல் காடாக விரிந்தது. ஆற்றின் வடக்கு ஓரமாய் முன்பெல்லாம் தண்ணீர் நிறைந்தபடி இருக்கும். பாலத்தில் வேலை நடக்கும்போது இங்கே அடிக்கடி வந்திருக்கிறேன். ரிசல்ட் பாக்க, வேலை வாய்ப்பு விளம்பரம் பாக்க, நூலகத்திலிருந்து புத்தகங்கள் வாங்க என... அந்தக் காலத்தில் ரெண்டு ஆற்றிலும் தண்ணீர் நிறைந்திருக்கும். இரண்டு ஆறுகளின் சங்கமம். பாலம் கட்டிக் கொண்டிருந்த நாட்களில் இந்த வழியாக நடக்கும்போது தாரின் வாசனையும் கான்க்ரீட் மிக்ஸரின் சத்தமும் தூரத்திலேயே கேட்கும். சங்கமத்தில் நீரும் நீரும் தம்மில் கலக்கும்போது சத்தமின்றி அதை மையம் உள்வாங்கிக் கொள்ளும். வைகாசி தொடங்கி ஐப்பசி வரை

நீர் நிறைந்த ஆறுகளாய் மாறும் நீண்ட மணல் பரப்புகள் இப்பாலத்தின் அடியில் சந்திக்கின்றன.

உண்ணிதான் ஆற்றைப் பற்றி அதிகமாய் பேசுபவன். எங்கள் எல்லோருக்குமே ஆறு எப்போதும் ப்ரியமானதாய் இருந்திருக்கிறது. பால்ய நாட்களில் மனசில் ஒரு கனவிருந்தது. அம்மாவின் பரம்பரையில் மீதம் இருக்கும் குன்றின் உச்சியில் குடிசை கட்டி வசிக்கும் ✸செறமனை அங்கிருந்து வேறு இடத்திற்குப் போகச் சொல்லிவிட்டு அங்கே ஒரு சிறிய வீடுகட்ட வேண்டும். வாசலில் நின்றால் வயல் தெரிய வேண்டும்; ஆற்றை ரசிக்க வேண்டும். வயல்கள் துவங்குமிடத்தில் வரிசை கட்டி நிற்கும் அத்தி மரங்களை இங்கிருந்து பார்க்க வேண்டும். தூரத்து ‘வெள்ளியாங்கல்லையும்’ இங்கிருந்தே பார்க்கலாம்.

இந்த ஆறு முடியுமிடத்தில் வசிக்கும் வயதான கவிஞர் ஒருவர் பாலத்தின் பணி நடப்பதைப் பற்றி ஒரு கவிதை எழுதியிருந்தார். அதை நினைக்கும்போது சிரிப்புதான் வருகிறது.

‘இனி நீ இந்த பாலத்தில் பழி கிடப்பாய்’

மேற்குப் பகுதியின் கீழே அணைக்கட்டு வந்தபோது ஆற்று மணல் காடாய் விரிந்தது. கரை இடிந்து ஏற்பட்ட வயலில் கோடைகாலக் காய்கறிகளின் கொடிகள் படர்ந்திருந்தன. மணலில் பங்குனி மாத வெயிலின் அசைவுகளும் அலைகளும் தெரிகின்றன.

அண்ணன் ஃபோனில் என்ன சொன்னார்? அப்பாவிற்கு ரொம்ப முடியலயா... ஆனால்... அப்படியானால், என்ன ஆனாலும், வந்து சேர்வதற்கு... வந்து சேர்வதற்குள்...

மீண்டும் பங்குனி வெயிலில் ஆடி அலையும் மனித உருவங்கள். தாளமென்னமோ முன்பே கேட்டதுதான். முடியவில்லையா?

✸*செறமன் - தாழ்த்தப்பட்ட இன ஆண், செருமி - தாழ்த்தப்பட்ட இனப் பெண்*

நெருங்கும்போது மஞ்சள் தீற்றல்களும் சிவப்புப்பட்டுகளையும் பார்க்க முடிகிறது. நடுவில் கூட்டமாய் நிற்கிறார்கள். பாளையில் சிறுகுச்சியை அடித்துப் பாடிக் கொண்டிருக்கிறார்கள். முன்பு அனிருத்தனை ஈர்க்க உஷா பள்ளியறையில் செய்த கைங்கரியம்.

''மெல்ல நாணு, மெல்ல...'' என் குரல் பதறியது. என் பதட்டத்தை என்னாலேயே மறைக்க முடியவில்லை. முன்பே ஏறியிருந்த போதையும் இதுவும் சேர்ந்து என்னை அலைக்கழித்தது. தார் உருகும் பாதையில் வெறும் கால்கள் தாளமிடுகின்றன. அந்தத் தாளம் பாக்கின் பாளைகளில் மஞ்சள் தேய்த்த காலடிகளால் சிருஷ்டிக்கப்பட்ட சலனங்களைப் போலிருந்தது. உச்சத்தை எட்டிய தாளங்களும் லகரி புரண்ட வார்த்தைகளும் என்னை நெருங்கி நெருங்கி வந்தன.

நான் திரும்பிப் பார்க்கவில்லை. அப்போது நான் உண்ணியைப் பொறாமையோடு நினைத்துப் பார்த்தேன். பேச்சைக் கேட்பவர்கள் எட்டு வயது பத்து வயதிலிருந்தாலும் அவன் அரூபமற்ற வகுப்பறையில் சொற்பொழிவு மேடையில் நிற்பது போன்ற பாவத்துடன் உடலுக்குப் பொருந்தாத கனத்த குரலில் ஃபாலிக் வொர்ஷிப்பைப் பற்றிப் பேசுவான். காமாக்ய ஆலயமும், காடாம்புழயின் பூ மூடும் குழியும், குத்துவிளக்கின் வரலாறுமெல்லாம் அவன் பேச்சில் கவித்துவமாய் புரண்டு வரும்.

கடவுளே! அவர்கள் நெருங்கி வருகிறார்கள். கெட்ட வார்த்தைகளின் அபிஷேகம். இப்போது பாடகர்களின் இசைப்பிரவாகத்தில் மொட்டவிழ்ந்து வருவது ஏதோ ஒரு சாமர்த்தியக்காரனான பாதிரியாரைப் பற்றிய பாடலாக இருந்தது.

நான் கேட்கிறேன். என் பின்னால் ஹேமா கேட்கிறாள். அவளோடு சேர்ந்து அந்த இரண்டு சிறிய பெண் குழந்தைகளும் கேட்கிறார்கள்.

நான் எதையும் பார்க்கவுமில்லை கேட்கவுமில்லையென்ற பாவத்தில் முணுமுணுப்பதுபோலப் பேசினேன். சுற்றிலும் உள்ள சத்தங்கள் பெருகியபோது அதைத் துடைத்து தூர எறிந்துவிட

வேண்டும் என்ற வேகத்தில் அதிகச் சத்தமாய் பேசினேன். அர்த்தமில்லாத, தொடர்பற்ற வாக்கியங்கள். தெரியுமா? முன்பு நாங்கள் நாலு பேரும் ‘திருப்பங்கோட்டிற்கு’ போயிருந்தபோது... ஹேமாவுக்குத் தெரியுமா, அம்மா சொல்லியிருப்பாங்க...

இல்லை ஹேமாவிற்குத் தெரியாது. குழந்தைகளுக்குத் தெரியாது, எனக்கும் தெரியாது. ஓட்டைப் பாத்திரம் போல நான் வெறுமனே சப்தமிடுகிறேன். இருந்தும் தோற்றுப் போகிறேன்.

கூடாரங்கள் கலைக்கப்பட்ட உற்சவ மைதானத்தில் குப்பையாய் சேர்ந்துபோன பலூன் துண்டுகளும் காகிதங்களும் போல என் வார்த்தைகள் சுற்றிலும் சிதறிக் கிடக்கின்றன.

கூட்டம் விலகி எங்களுக்கு வழி கிடைத்தபோது எரிச்சலோடு சொன்னேன்.

‘‘போ... சீக்கிரமா போ’’

அப்பா நான்கைந்து வருடம் பங்குனி உற்சவத்திற்குப் போயிருக்கிறார். யாத்திரை தொடங்கும்போதோ திரும்பி வரும்போதோ நான் வீட்டில் இருந்ததில்லை. கூட்டமாய்ச் சேர்ந்து இதுபோன்ற கொச்சைப் பாட்டுகள் பாடிப் போவதாக இருந்ததோ அப்பாவின் தீர்த்த யாத்திரைகள்?

சின்னவள் மூத்தவளிடம் கேட்கிறாள், ‘‘நாம கடலப் பாப்போமா?’’

அப்புவின் மூத்த மகளுக்கு காரணமேயில்லாமல் கோபம் வந்தது.

‘‘பஸ்ஸில போகும்போதே கடலைப் பாக்க முடியாது. அப்பறம் எப்படி இப்பப் பாக்கறது?’’

‘‘ஒரு நாள் பாத்தோமே’’

ஹேமா சிடுசிடுத்தாள், ‘‘பேசாம இருங்க’’ அவர்களின் சொற்களை அடக்கியவள், பெருமூச்சுடன் எதற்கென்றே தெரியாமல் ‘‘குருவாயூரப்பா...’’ என்றாள்.

அவசியமே இல்லாமல் மீண்டும் அடையாறு மருத்துவமனையும், இரண்டு தவணைகளாய் கடந்துபோன பதினைந்து நாட்களும் ஞாபகம் வந்தன. கம்பி வேலிக்குப் பின்னால் அழுக்குத் துணியால் தலையை மூடி வாயிலும் மூக்கிலும் ரப்பர் ட்யூப்கள் செருகியிருந்த மனிதர்கள் பின்னாட்களில் துர்கனவுகளில் வந்திருக்கிறார்கள்.

பாம்பு துள்ளல் நடனத்தில் கொக்கின் வேடமேற்று வரும் குழந்தைகளைப் போல, மூன்றாம் காலில், காய்ந்த அரிசியில் வைக்கும் தேங்காயை, ஓலை மடல் கிழித்து வைத்த கரண்டியால் கொத்தி எடுக்க முடியும். கொக்கினை அம்பெய்ய வேடன். வேடன் கிராமத்துக் கோமாளி...

கோமாளி...

நாடகத்தின் துவக்கத்தில் வேஷங்கட்டி மேடைக்கு வரும் கோமாளியாகத்தான் நான் வந்தேன். நாடகம் கற்றுத் தந்த ஓவிய ஆசிரியர், ராஜன் பெரிய காமெடி ஸ்டாராவான் என்று சொன்னார்.

காமெடி ஸ்டார்!

எனக்குள் எங்கிருந்தோ ஒரு சிரிப்பு வெடித்துச் சிதறியது. இல்லை. இப்போது நான் உள்ளுக்குள் அழ வேண்டியவன். அப்பாவின் அந்திம நிமிடங்களின் சுமக்க முடியாத பாரமேற்று நான் நிற்கிறேன். எழுபத்தியோரு வருடச் சரித்திரத்தின் கடைசி வரிகளை எழுதத் தயாராகிறேன். காலத்தின் கைவிரல்கள் சஞ்சரிக்கின்றன.

ஹேமா பிரார்த்திக்கிறாயா? கடைசி நிமிடங்களை வேண்டுமானால் யூகிக்கலாம். அதற்குப் பதிலாக முந்திரிக் காட்டினிடையில் மேலெழும்பி வரும் அரசின் புதிய வொர்க் ஷாப்பைப் பற்றி பத்திரிகையில் வந்த விவாதங்களை நினைவிற்குக் கொண்டுவர முயன்றேன். குருவாயூருக்குப் போகும் வழியில் புதியதொரு டூரிங் தியேட்டர் வேறு வருகிறது.

கோமாளிகளைப் பற்றியுள்ள கதைகளைக் கேட்க எனக்கு மிகவும் பிடிக்கும். தமிழ் நகைச்சுவைக் காட்சிகளில் வரும் வசனங்களைச் சொல்லி பார்வையாளர்களைக் கோமாளிகள் சிரிக்க வைப்பது பற்றியெல்லாம் நான் படித்திருக்கிறேன். பக்கத்தில் ஏதும் சினிமா தியேட்டர் இல்லாததால் நகரத்திலிருந்து வருபவர்கள் சொல்வதைக் கேட்டுத்தான் நாங்கள் திருப்தி அடைய வேண்டியிருக்கும்.

பெரியவனான பிறகுதான் முதல் சினிமாவைப் பார்க்கிறேன். ஹைஸ்கூலில் கடைசி வருடம் படிக்கும்போது அண்ணன் வேலைக்குப் போன ஊரில். ஆயுதபூஜை விடுமுறையில் அப்புவையும், உண்ணியையும் அழைத்துக்கொண்டு அண்ணன் இருக்கும் இடத்திற்குப் போனேன்.

அந்த சினிமா மனதிலிருந்து சீக்கிரமே மறைந்து போனது. அப்போது உண்ணி மிகவும் சிறியவன். ஆனாலும் அவனுக்கு எல்லாம் இன்னமும் ஞாபகத்திலிருக்கிறதாம். குற்றம் செய்தவரை யாரென்று பார்க்காமல் தண்டிக்கும் ராஜாவின் கதை. ‘தேவை உள்ளவர்கள் யார் வேண்டுமானாலும் முன்னால் தொங்கிக் கொண்டிருக்கும் மணியை அடிக்கலாம். ராஜகுமாரனின் ரதம் ஏறி, கன்று இறந்து போனதால் தாய்ப்பசு அன்று மணியடித்தது. ராஜா தன் மகனுக்கு மரண தண்டனை கொடுத்தார்’ இதுதான் கதை.

அம்மாவின் மரணத்திற்குப் பிறகான துக்க நாட்களில் பிள்ளைகள் ஒன்றாகச் சேர்ந்தபோதுதான் உண்ணி அக்கதையை ஞாபகப்படுத்திச் சொன்னான். அப்படத்தில் நடித்தது காளி. என். ரத்னமென்று நினைக்கிறேன். உண்ணிக்குப் படத்தின் பேர்கூட நினைவிலிருக்கிறது. அண்ணனுடன் வந்த அவரோடு வேலை பார்க்கும் நண்பரின் பேரைக்கூட அவன் இன்னமும் நினைவில் வைத்திருக்கிறான்.

‘‘உண்ணியேட்டன் வரமாட்டாரா?’’ ஹேமா கேட்டாள்.

அவளும் இந்நிமிடங்களில் உண்ணியைப் பற்றி யோசிக்கிறாளோ? அவன் இப்போது தொடர்ந்து தங்கும் லாட்ஜ் அறையில்தான் போனமுறை திடீரென நான் அவனைச் சந்தித்தேன். கோக்கோ கோலா கலந்த ரம் குடித்து, தாங்கமுடியாத சப்தமெழுப்பிய ஒரு மிகப் பழைய டேபிள் ஃபேனின் அருகில் கட்டிலில் அவன் ஓரமாய் சாய்ந்து உட்கார்ந்து நான்கைந்து பேரோடு பேசிக் கொண்டிருந்தான். ஜப்பானின் ஹரகிரியைப் பற்றியும், ஆஸ்திரேலியாப் பழங்குடி மக்களின் பூமராங் பற்றியும் பேசிக் கொண்டிருந்தான். அவனைப் பற்றி பரவியிருந்த தவறான செய்திகளை நானும் நிறையக் கேட்டிருக்கிறேன். கண்ணின் தாழ்வாரத்தில் அதிகம் கறுத்த நிழல்கள் கரைந்து கலந்திருக்கின்றன. முழங்கையைத் தடவியபடியே அவன் பேசினான். நான் உள்ளே நுழைந்தபோது அவன் அதிர்வுறுவான் என நினைத்து மெல்லச் சிரித்தேன். அவன் அசையாமல் தன் நண்பர்களிடம்,

''என்னோட ப்ரதர் ப்ரசாத். அந்த ஸ்டூலை இப்படிப் போடுங்க, ஒரு டம்ளர் அவருக்கும் கொடுங்க'' என்றான்.

நான் சிறு அதிர்ச்சியுடன் அவனை நேருக்குநேர் பார்க்காமல், நண்பர்களை மட்டும் பார்த்து சிரிப்பொன்றை உதிர்த்து உட்கார்ந்தேன்.

''எங்கள் குன்றின்மேல் ஒரு பெரிய பாலமரம் இருந்தது. அந்தக் கதையை நான் ஏற்கனவே சொல்லியிருக்கேன் இல்லையா? இந்த அண்ணன்தான் அன்று எங்களுடன் இருந்தான்''

அவனைப் பற்றிய செய்திகள் என் நண்பர்களில் யாரோ ஒருவர் எழுதிய கடிதத்தில் இருந்தது இப்போது ஞாபகம் வந்தது. மெட்ராஸில் ஒரு சேரியிலிருந்த குடிசைப் பிள்ளைகளோடு எலுமிச்சைச் சாறில் பாலீஷைக் கலந்து குடித்து மருத்துவமனையில் சேர்ந்து இரண்டு நாட்கள் சுயநினைவில்லாமல் படுத்திருந்த நிகழ்வு அது.

எப்போதும் ரீடைரக்ட் செய்யும்படியான, அவனுடைய நிலையில்லாத விலாசத்திற்கு, சந்தேகப்பட்டு சந்தேகப்பட்டு ஒரு கடிதம் எழுதினேன். உன்னைப் பற்றிய செய்தி...

ஏழாம் நாள் நானே ஆச்சர்யப்படும்படியாக பதில் வந்தது. என்னைப் பற்றி எதெல்லாம் உங்களை வந்து எட்ட வேண்டுமோ அதெல்லாம் உங்களுக்கு வந்து சேரவில்லை என்பதுதான் என் சாபம். ஆட்கள் எத்தனை அற்பர்களாயிருக்கிறார்கள்? சிறுபிள்ளைத்தனமாக ஒரு சம்பவம் கிடைத்தால் அவர்களுக்கு ஒரு மாதத்திற்கான தீனியாகிறது. மெல்லவும், விழுங்கவும், அசைபோடவும் அது போதும். சரிதான். இரண்டு நாட்கள் நான் எதையும் பார்க்கவில்லை. அதனால் ஏதும் நஷ்டமில்லை. பார்வை மீண்டும் வந்தபோது இன்னும் ஆசையாக இதையெல்லாம் பார்க்க வேண்டியிருந்தது.

அப்பா ஒரு போஸ்ட் மாஸ்டர். என்னைப் பற்றி கவலைப் படவேண்டாம்.

தென்னந்தோப்பின் நடுவில் புதிதாக இடப்பட்ட சாலையில் நாணுவின் கார் வேகமெடுத்தது. ஆலமரத்தடி கடந்து தேங்காய் எண்ணெய் ஆலையின் வாசலுக்கு வந்து கார் நின்றது.

அப்போது...

நாம் எதிர்பார்க்காத ஏதோவொரு நிமிடத்தில், முன்னெப்போதோ தோன்றிய கேள்விக்கான பதிலை மனம் கண்டடைகிறது.

அப்புவின் மகள் பெயர் சுஜாதா. ''சுஜாதா பத்திரமா இறங்கு''

பின் கதவை அவளுக்காகத் திறந்து நின்றேன். பக்கத்திலிருக்கும் தையல் கடையின் வராந்தாவிலிருந்து யாரோ வருகிறார்கள்.

''நாணு வண்டியை ஓரமா நிறுத்து. பக்கத்திலேயே ஹோட்டல் இருக்கு''

பாக்கெட்டில் கை அலைந்தபோது நாணு சொன்னான்,

''சார், நீங்க சும்மா போங்க, என் கையில காசிருக்கு''

வீட்டுக்குத் திரும்பும் வழியில் சின்னவளின் கை பிடித்து முன்னால் நடந்தேன். ஹேமாவும் சுஜாதாவும் கூட வருகிறார்கள். கோவிலின்

சிதிலமடைந்த வாசல்படியருகில் உண்ணி நிற்கிறான். கடைசியாய் புகைத்த மீதியைத் தூக்கியெறிந்து வேட்டியை மடக்கிக் கட்டியபடி எங்கள் வருகைக்காய் அவன் காத்திருந்தான்.

நான் நின்றேன்.

"நீ எப்ப வந்தே?"

"பத்து நிமிஷமாச்சு. ஜஸ்ட் இன் டைம்"

அப்படியென்றால் மரணம் நிகழ்ந்து ஒரு இருபது நிமிடங்கள் கடந்திருக்கலாமில்லையா?

என் நடையில் புதியதொரு வேகம் இருந்தது. கால்களில் சட்டென ஒரு நடுக்கம். சுவரில் அடித்து விழும் கிளியின் கடைசித் துடிப்பு போல, ஒரு துடிப்பு இருக்கிறது என்னிடம். ஆனாலும் மனதில் ஒரு ஆசுவாசம் ஏற்பட்டது. முடிந்தது. கடைசி நிமிடங்களின் பரபரப்புகளிலிருந்து காப்பாற்றப்பட்டிருக்கிறேன்.

அப்பா நிறைந்திருக்கிறார்.

2

தனிமையில் இருக்க வேண்டும் என்றால்தான் உண்ணி அந்த இடத்தைத் தேர்ந்தெடுத்திருப்பான். அப்படியும் அவனைக் கடந்து செல்பவர்கள் சிலர் நிற்கிறார்கள்; பார்க்கிறார்கள்; சிலர் அவனிடம் பேசுகிறார்கள்.

பல கேள்விகளும் ஒரே மாதிரிதான் கேட்கப்படுகிறது.

'இப்ப எங்க இருக்கற?

என்ன வேலை பாக்கற?'

பூமி இவ்வளவு விசாலமாக இருந்தும் தனியே நிற்க ஒரு இடமில்லை; அமைதியைப் பருக ஒரு நிமிடம் வாய்க்கவில்லை என உண்ணி மனதில் ஒரு வரி ஓடியது.

மச்சு வீட்டின் கீழே தெற்குப் பார்த்த அறையில்தான் அப்பாவின் உடலைக் கிடத்தியிருந்தார்கள்.

முற்றத்தினூடே ஏறிப் போனபோது வெளியே கூடி நிற்பவர்கள் என்னவோ சொன்னது கேட்டது. குட்டேட்டனும் அப்புயேட்டனும் ஆட்களுக்கு நடுவே இருந்தாலும் அவர்கள் மிகவும் தூரத்தில் நிற்கிறார்கள் எனத் தோன்றியது.

‘‘அந்த கதவுகிட்டயிருந்து கொஞ்சம் தள்ளுங்க’’

பின்னாலிருந்து யாரோ குரல் எழுப்பினார்கள்.

‘‘போங்க’’

வயதானவர்கள், ஒருவேளை அப்பாவின் பூர்வீகக் குடும்பத்திலிருந்து வந்திருக்கலாம். அவர்களில் பலரையும் எங்களுக்குத் தெரியாது. புருவமும் நெஞ்சு முடியும் நரைத்த சாத்துக்குட்டி மாமாவை மட்டுமே தெரியும். மரணத்தையும் கல்யாணத்தையும் குழந்தை பிறந்து இருபத்தியெட்டு நாள் சடங்கையுமெல்லாம் அவர் நன்றாகக் கைக்கொண்டு நடத்துவார்.

கதவுக்கருகில் நின்றிருந்த ஆட்கள் நகர்ந்தபோது வெளியே செருப்பைக் கழற்றி விட்டுவிட்டு உண்ணி உள்ளே வந்தான். இறந்து கிடக்கும் அப்பாவின் உருவத்தைப் பார்த்தான். இனி என்ன செய்யணும்? வெப்பம் கடுமையாகயிருந்தது. வத்தியின் வாசனை காற்றையே மாசாக்கியிருந்தது. கிழக்கு மேற்காகவிருக்கும் ஜன்னல்கள் மூடியேயிருந்தன. யாருக்கும் அதைத் திறந்து விடக்கூடத் தோன்றவில்லை. இனி என்ன செய்யணும்?

இறந்த உடலைப் பார்க்க நான் ஒருபோதும் விரும்பமாட்டேன். கோயம்புத்தூரிலிருந்து ஒருமுறை கூட்டம் முடிந்து பாலக்காட்டிற்குத் திரும்பும் வழியில் வாளையார் பஸ் நிறுத்தத்தில் பஸ் நின்றது. யார் யாரோ இறங்கிப் போவதைப் பார்த்தேன். ஜன்னல்களுக்கிடையில் பார்த்தபோது தூரத்தில் ரயிலுக்கருகில் கூட்டம் கூடியிருந்தது. சம்பவம் விசாரிக்கப்போன ஓய்வுபெற்ற ரயில்வேகாரர் சொன்னார். ‘‘யாரோ தண்டவாளத்தில் தலை வெச்சுட்டாங்க போல இருக்கு. சின்ன வயசுதான்’’ எதிர்சீட்டில் உட்கார்ந்து அவசியமேயில்லாமல் நட்பு பாராட்டி என்னிடம் பேச ஆரம்பித்த இளைஞன் சொன்னான்.

‘‘வாங்களேன் நாம போய் பாத்திட்டு வரலாம்?’’

"இல்ல"

வீரன் மாதிரி சதா நடித்துக்கொண்டிருக்கும் என்னால் அருகிலிருந்து ரத்தம் பாக்க முடியாது. வழியில் பிச்சைக்காரி, தன் குழந்தையைப் பாத்திரத்தால் அடிப்பதைப் பார்த்து மயங்கி விழுந்து விடுபவன் நான். பஸ்ஸிலிருந்த குழந்தை ஒன்று 'நானும் போட்டுமா அம்மா' எனக் கேட்டு, திட்டு வாங்கிக் கட்டிக்கொண்டது.

"என்ன பாக்கப் போறே. உங்கப்பனுக்குப் பிண்டம் வக்கறதப் பாக்கவா?"

மனசே சாந்தமாகு. இப்போது இறந்த உடலின்முன் நிற்கிறேன். இளைய மகன் அப்பாவின் உடலைப் பார்த்து நெஞ்சு வெடித்து வீழ்வதைப் பார்க்க, சுற்றிலும் உள்ளவர்கள் கண்சிமிட்டாமல் என்னையே பார்த்தபடி நிற்கிறார்கள். சீக்கிரம் வெளியேற வேண்டுமென மட்டுமே தோன்றியது.

இனி என்ன செய்யணும்?

அப்பாவின் கைகளும் கால்களும் தேவைப்படாத உறுப்புகளாய்த் தொங்கிக் கிடக்கின்றன. அதைப் பார்த்து நாம் துக்கப்படத்தான் முடியும்.

எப்போதும் போல் சாத்துக்குட்டி மாமா உதவிக்கு வந்தார். அவர் குளத்திற்கு அக்கரையிலுள்ள ஒரு வீட்டிலிருக்கிறார். அப்பாவின் வயதொத்தவர். அவர்களிருவரும் மாறி மாறி பெயர் சொல்லிக் கூப்பிட்டுக் கொள்வார்கள்.

"உண்ணி மாதவா"

அவர் கூப்பிட்டதைக் கேட்டவுடன் சிறியதொரு நடுக்கம் ஏற்பட்டது. வெகு சிலரே கூப்பிடக்கூடிய அப்பெயர், முற்றிலும் ஒரு புதிய மனிதனை எனக்கு அறிமுகப்படுத்துவது போலத் தோன்றியது.

"கால் தொட்டுக் கும்பிடுங்க"

எப்படிக் கும்பிடணும்? அம்மா இறந்தபோது தேர்வுகளுக்கிடையில் ஹாஸ்டலில் ஃபிஸிக்கல் கெமிஸ்ட்ரி புத்தகத்துடன் அலைந்தபடியிருந்தேன். சடங்குகள் மறந்து போயிருந்தன.

பதினான்காம் நாள் கிரியைக்கு வந்து சேர்ந்தால் போதும் என்று பெரியவர்கள் சொல்லிவிட்டார்கள்.

''கும்பிட்டுக்கோங்க. கும்பிட்டுக்கோங்க''

''ராஜன் வந்த பிறகு வடக்கிலிருக்கும் அறைக்குக் கொண்டு போகலாம்''

எதிர்பாராமல் எங்கிருந்தோ ஒரு சுழல்காற்று போலத் தேம்பியழுது உள்ளே நுழைந்த ஒரு முதியவள், அப்பாவின் காலடியில் விழுந்து சாஷ்டாங்கமாய் நமஸ்காரம் செய்தாள்.

''அண்ணான்னு இனி நான் யாரைக் கூப்பிடுவேன்? நாலும் ஆம்பளப் பிள்ளைங்க, பனைமரம் மாதிரி வளந்து நிக்கறாங்க. இன்னும் எத்தனை காலம் ராஜா மாதிரி வாழ்ந்திருக்கலாம் அண்ணா நீ'' என வெடித்துக் கிளம்பும் அழுகை.

அம்முதியவள் வெளியே போனபின் உண்ணி அவசரமாய் முட்டிபோட்டு வணங்கி எழுந்தான். அவள் கதவருகில் நின்று மேல்துண்டால் கைகளைத் துடைத்து பிறகு கண்களையும் துடைத்துக் கொண்டாள்.

''நான் பத்மாவதிகூட போயிருந்தேன். அப்பதான் எனக்குச் சேதி தெரியும்''

வாசலில் சிறிதுநேரம் நின்று யாரும் கவனிக்கவில்லையென உறுதி செய்தபின் மெதுவாக அந்த இடத்திலிருந்து நழுவினாள். வேலியருகே 'கரவீரகப் பூக்கள்' ஈரமண்ணில் விழுந்து ஊறி நனைந்திருந்தன. பாதையின் மறுபுறத்தில் இப்போது ஓடுகள் போர்த்திய புதிய வீடுகள்

உயர்ந்து நிற்கின்றன. முன்பு இங்கு வேட்டுவக் குடியும் பாலமரமும் ஒரு கல்திண்ணையும் இருந்தன. முடி நீளமாக வளர்த்திருந்த வேடன், அமாவாசை நாட்களில் துள்ளி எழுந்து ஆடுவான். அவனுடைய பிள்ளைகளில் யாரோ ஒருவன் மிலிட்டரிக்குப் போயிருக்கிறான் என்று கேள்விப்பட்டிருக்கிறேன். அந்த ஓட்டுவீடு ஒருவேளை அவர்களுடையதாகக்கூட இருக்கலாம்.

வழியில் யாரோ சிலர் எதிரே வந்தார்கள். என்னைக் கடந்து போகும்போது முகம் குனிந்து நடந்தேன். இங்கு வந்து ரொம்ப காலமாகிவிட்டது பலருக்கும் என்னை அடையாளம் தெரியவில்லை.

மரண வீடுகளில் கூலிக்கு அழ வரும் சம்பிரதாயம் இப்போதிருக்கிறதா? தமிழ்நாட்டுச் சேரிகளில் மரணம் ஏற்பட்டால் அது ஒரு குதூகலம். பூ மாலைகளில் மூடிய உடலை ஆரவாரத்தோடு மயானத்திற்குக் கொண்டு போவதைப் பார்த்திருக்கிறேன். மேளமும் தாளமும் இருக்கும். போதையில் கால் தரையில் பாவாமல் இறுதி யாத்திரையில் பங்கெடுப்பவர்கள், ஆடுவார்கள்; அழுவார்கள். தாளம் தப்பும்போது பரஸ்பரம் கெட்ட வார்த்தைகளில் பேசிக் கொள்வார்கள்.

ஒருமுறை வழியில் நண்பனோடு ஒரு மரண ஊர்வலத்தைப் பார்த்துக் கொண்டிருந்தேன். மரண ஊர்வலத்தில் வருபவர்களைவிட கலைஞனான என் நண்பன் அதிகமாகக் குடித்திருந்ததால் அழுதான். பின்னர் சட்டையைக் கழற்றி அந்தக் கூட்டத்தில் வீசியெறிந்துவிட்டு மேளக்காரர்களோடு சேர்ந்து அவர்களின் தாளத்திற்குத் தகுந்தபடி ஆட ஆரம்பித்தான். மேளக்காரர்களுக்கே தாளம் சொல்லிக் கொடுத்தான். அந்த ஊர்வலத்தின் ஒரு அங்கமாக ஆடிவிட்டு அவன் என்னையும் உடனழைத்தான்.

''வா வா, செத்துப் போனவங்களுக்காக இதையாவது நாம செய்யலாம்'' சொன்னவன் மேளத்தின் சத்தத்திற்கு ஏற்றவாறு கைதட்டிச் சுழன்றாடினான்.

'தந்தக்கம் தந்தினக்கம்

தந்தக்கம் தந்தினக்கம்'

"இங்கென்னதான் நடக்குது?"

வழியில் போய் கொண்டிருப்பவர்களில் யாரோ கேட்டார்கள்.

ராஜேட்டனின் வரவிற்கான காத்திருப்பு அது.

சட்டென்று வேண்டாமெனச் சொல்ல உண்ணிக்கு ஆர்வம் வந்தது. இப்போது மிகச் சரியானதொரு குடும்பஸ்தனைப் போலப் பேசினான்.

சிதைந்த கோவிலின் உட்பகுதிகளை வெட்டி விற்று வருகிறார்கள் என்று சமீபமாகக் கேள்விப்படுகிறேன். இன்னும் அது மிச்சமிருக்கும், தீர்ந்திருக்காது. இப்போதும் கறுத்து வெளுத்த ஓடுகளுக்குக் கீழே இருண்ட அறைகளில் சில தம்புரான்களும் தம்புராட்டிகளும் குழந்தைகளோடு தங்கியிருப்பார்கள்.

தூரத்தில் கார் வந்து நிற்பதை இங்கிருந்தே பார்க்க முடிகிறது. தனி ஆளாய் நான் இங்கு நிற்கிறேன் என்று ராஜேட்டன் நினைக்கலாம். ஹேமாவின் குழந்தைகளைக் கூட்டத்தோடு பார்த்தால் ராஜனுக்கு அடையாளம் தெரியாமல் போகலாம். பேர்கூடத் தெரியாது. குட்டேட்டனுக்கு எத்தனை குழந்தைகள், நாலா? இல்ல இல்ல அஞ்சு.

பிள்ளைகளில் சிலர் அவ்வப்போது கடிதமெழுதுவார்கள். அதைக் கூர்ந்து படிப்பேன். மீண்டும் மீண்டும் படிப்பேன்.

நல்ல பதில் எழுத வேண்டுமென நினைப்பேன். குழந்தைகள் எதிர் பார்த்திராத நேரத்தில் மிக நீண்ட கடிதம் எழுத வேண்டும். கடிதம் படிக்காமல் கிழித்தெறிந்து விடுவேன் எனும் சின்னச்சின்ன துக்கங்களுக்கு பதிலாக ஒரு சந்தோஷம் அவர்களுக்கு எழும். உலகத்தில் பல நூறு வேலைகள் இருந்தாலும் குழந்தைகளுக்கு அவர்களின் பருவத்திற்கேற்ற புத்தகங்களை அனுப்பவேண்டுமென நினைப்பதுண்டு. அவர்களின் கடிதங்கள் ஃபைலின் ஒரு மூலையில்

அப்படியே இருக்கட்டும். இப்போது எழுதலாம்... வேண்டாம்... பிறகு...பிறகு... ஒன்றும் போய்விடாது. அங்கே மீண்டும் காகிதச் சுருள்கள் திருகி ஏறுகிறது. எல்லாம் முக்கியமானவை என்று நினைத்து பலநாள் பத்திரப்படுத்தி பிறகொரு நாள் மீண்டும் நினைவில் இல்லாமல் குப்பையாய் கூடையில் எறிகிறேன்.

குழந்தைகளுக்கு ஒரு நீண்ட கடிதத்தைத் தன் பெயரிட்டு எழுதி, அவர்கள் விலாசமெழுதி வந்தால், அதைப் பிரிக்கும்போது ஏற்படும் சந்தோஷத்தை என்னால் யூகிக்க முடியும்.

உண்ணி ஒருமுறை ஹைஸ்கூலில் படிக்கும்போது தபால் நிலையத்தின் மேல் வாடகைக் கட்டிடத்தில் தங்கியிருந்தான். அப்புவும் அவன் வகுப்பு தோழர்கள் இருவரும் உடனிருந்தார்கள்.

கீழே தபால் பை வருவதை மேலேயிருந்து பார்க்க முடியும். சீல் குத்தும் சத்தத்தைக்கூட அங்கிருந்தே கேட்க முடியும். மாலையில் நான்கு திறப்புள்ள கதவின் கீழே இரண்டு பகுதிகளைச் சாத்திவிட்டு கண்ணாடியின் கீழ் நின்று போஸ்ட் மாஸ்டர் பெயர்களைப் படிப்பார். முன் நிற்பவர்களில் யார் யாரோ வந்து அவர்களுக்கான கடிதத்தை வாங்கிப் போவார்கள். நம் விலாசத்தை இன்னொருவர் படிப்பதை கேட்பதும், அதை கை நீட்டி வாங்குவதும்...அந்த வயதில் எத்தனை கிளர்ச்சியானது? ஒரு கடிதமும் நமக்கு வருவதில்லை. சிலோனிலிருந்து மாதத்திற்கொருமுறை வரும் கடிதம்கூட அப்புவிற்குதான். அப்பு இல்லாத போது ஒன்றிரண்டு முறை அதை நான் வாங்கியிருக்கிறேன். ஆனாலும் அந்த வயதில் சொந்தப் பெயரைப் படிக்கக் கேட்ட அனுபவம் எனக்கில்லை. அப்போதுதான் புத்தி வேலை செய்தது. பத்திரிகைகளில் இலவசமாக வரும் விலைப்பட்டியலுக்கு விண்ணப்பிப்பது. முகவரியும் தகவலும் போட்டிருந்த எல்லா விலாசத்திற்கும் கார்டு வாங்க காசு இருக்கும்போது எழுதுவது. "Please send me your latest catalogue" மிக முக்கியமாக ஏழாம் வகுப்பு படிக்கும் மாணவன் என்று தோன்றக்கூடாது. கேட்டலாகின்

ஸ்பெல்லிங் தவறக்கூடாது. ''ஆர்.வாரியர் & சன்ஸ், உண்ணியாட்டில் குட்டன் மேனன் & சன்ஸ், தன்வந்திரி வைத்தியசாலை'' என்று பல நிறுவனங்களின் கேட்லாகுகள் உண்ணி மாதவனின் விலாசத்திற்கு வந்தன.

வெறும் நன்றி சொல்ல மட்டுமே இந்த கம்பெனிகளுக்கெல்லாம் ஒருமுறை நேரில் போய்ப் பார்க்க வேண்டுமென்ற ஆசை வந்திருக்கிறது. சில வருடங்களுக்கு முன் ஏழாம் வகுப்பு படிக்கும் மாணவன் ஒருவன் மூன்று மாதத்திற்குகொருமுறை கேட்டலாக் கேட்டு, சுய விலாசமிடப்பட்ட உறையிலிருக்கும் பெயரை போஸ்ட் மாஸ்டர் படிக்கக் கேட்கும் நிமிடங்களின் பெருமிதத்திற்காய்... உங்களை இம்சை படுத்தியிருக்கிறான். உங்களின் முன் தலைமுறைக்கு நன்றி.

. ஆனால் கடிதத்திற்காகக் காத்திருந்த பல குழந்தைகளுக்கு நான் எதுவும் எழுதவில்லை. பெரியவனான பிறகு கடிதத்திற்காகக் காத்திருந்தவர்கள் பலரும் இருந்திருக்கிறார்கள். ஒரு வார்த்தைக்காக... சரி என்ற ஒற்றை வார்த்தைக்காக... எழுதாத பதில்களால் மாற்றுப் பாதைகளில் போக வேண்டி வந்த வழிகளுக்கிடையில் அவசியமே இல்லாத இடங்களில் எல்லாம் அலைய வைத்தவர்களின் பேர் சொல்ல முடியாமைக்கு... இதோ ஒரு பழங்கதை. எளிமையான பழங்கதை.

பழங்கதைகள் சொல்லும் சரோஜினி, கணவனின் வீட்டில் மண்ணெண்ணையை ஊற்றித் தீக்குளித்து இறந்து போனாள்.

'ஆயிரம் ஆச்சாரிகள் செதுக்கிய வேலைப்பாடுகள் நிறைந்த கல்லின் பேர் சொல்லாதவர்களுக்கு பத்தாயிரம் தொப்பி' என்பது போன்ற பழங்கதையைச் சொல்லித்தான் அவள் என்றும் கதையைத் தொடங்குவாள்.

தூரத்திலிருந்த கடலிலிருந்து வரும் மீன்கூடை சுமப்பவர்கள் தெருவில் கூவி விற்றபடி போனார்கள். யாரையோ இறக்கிவிட வந்த டாக்ஸிக்காரன் திரும்பிப் போக ஆள் சேர்க்க, போகும் ஊர்களின் பெயரைக் கூவியபடி இருந்தான்.

ராஜேட்டன் திரும்பி வந்தார்.

"வா"

"அடுத்து என்ன?"

இன்னொரு சிகரெட்டைப் பற்ற வைத்து நடந்தான். வாசலுக்கு போவதற்குள் முடித்து விடலாம். இதுவரை நாற்பது சிகரெட்டுகள் புகைத்து தொண்டை எரிந்து புண்ணாகியிருக்கிறது.

"இப்ப என்ன செய்றாங்க?"

"தரையில் இறக்கிப் படுக்கவைக்கப் போறாங்க. உனக்கு எப்ப தகவல் தெரியும்?"

"காலையில பக்கத்து வீட்டுக்கு ஃபோன் கால் வந்தது. நல்ல வேளையாக அப்போ நான் வீட்டிலிருந்தேன்"

"என்னைக் குட்டேட்டன் கூப்பிட்டார். அப்பு நேத்திலிருந்தே இங்கதான் இருக்கான்"

ஆலமரத்தடி வழி தன் அகலத்தை இன்னும் அதிகரித்திருந்தது. பால்யத்தின் கோடைக்காலங்களில் இங்கே வந்திருக்கும்போது வயலில் தண்ணீர் கட்டிவிட்டு, குளித்துமுடித்து இந்த ஆலமரத்தடிப் பக்கமாகத்தான் வருவோம். தனியே வர பயமாகயிருக்கும். அந்த ஆலமரத்தடி பற்றி பலரும் பல கதைகள் சொல்லக் கேட்டிருக்கிறேன். பக்கத்து வீட்டில் சிவந்த நிறமுடைய ஒரு அழகான பெண்ணின் உடல் மரக்கிளையில் தூக்கில் தொங்கிக் கிடந்தது. அன்று கேள்விப்பட்ட கதைதான் அது. அவளுக்கு ஆலமரத்தின் மேலேயிருக்கும் கந்தர்வனோடு ஓர் உறவு இருந்திருக்கிறது.

அந்த மௌனத்தில் உண்ணி உற்சாகமேறியிருந்தான். அந்த ஊரில் அழகிகள் இருந்த காலம் முழுக்க ஆலமரமுமுண்டு; இருட்டுமுண்டு; இருட்டில் கந்தர்வர்களும் இருப்பார்கள். இருட்டிற்குப் பயப்படாத பருவத்தில் கந்தர்வனை மோகித்த மற்றொரு அழகியைப் பார்த்தேன்.

ஆலமரத்தடியில் அல்ல. மேலே வாழைத் தோப்பில். அன்று அவள் கல்லூரி மாணவியாக இருந்தாள். பார்க்கும் போதெல்லாம் நாணத்துடன் வெட்கின பாவத்தில் சிரிப்பாள். ஒரு நிழலின் கைப்பிடியில் அவள் ஒதுங்கி நிற்பதை மிக அருகில் நின்று உண்ணி பார்க்கிறான் என்பதும் அவளுக்குத் தெரியும்.

ரகசியமாகச் சிரித்தபோது, எப்போதாவது சில வார்த்தைகள் பேசியபோது, கண்களின் ஆழத்தில் ஒரு வேண்டுகோளைப் பார்க்க முடிந்தது. யாரிடமும் சொல்லவில்லை. அவளுடைய ரகசியம் காப்பாற்றும் நல்லவனான கல்லூரி நண்பனிடம் அவளுக்கு என்றும் நன்றியுமிருந்தது.

ராஜன் அண்ணனிடம் சொல்லலாமா? என்னைப் பற்றியுள்ள தவறான புரிதல்களின் குவியல்களில் இந்த ஆலமரத்தடியின் பக்கத்து வீட்டிலிருக்கும் அம்மிணிக்குட்டியும் இருந்தாள். ஆனால் உண்மையைச் சொல்லவா? எனக்கு அம்மிணிக்குட்டி என்ற பெயரில் யாரையும் தெரியாது. பலரையும் தெரிந்தபடியால் எந்த அம்மிணிக் குட்டிக்கும் என்னைச் சூழ்ந்து நிற்கும் கந்தர்வக் கதைகளுக்குள் ஏறி வர முடியுமென்று ஊர்க்காரர்கள் நினைத்திருக்கலாம்.

கந்தர்வனின் கானம் பரவியிருந்த மேகச் சிதறலிலிருந்து உண்ணி இந்த வழியாகத்தான் பிளந்து கிடக்கும் பாறைகளில் இறங்கினான்.

''ரொம்பநாள் படுக்கையில் படுத்து அவஸ்தைப்படவில்லை அப்பா''

உண்ணி ஒன்றும் சொல்லாமல் மௌனம் காத்தான்.

டாக்டர் கிருஷ்ணமூர்த்தியை நான் சென்னையிலிருந்து வரும்போது பார்த்தேன். மருத்துவ சிகிச்சையால் எந்தப் பிரயோஜனமும் இல்லை. கடைசி நிமிடங்களை அமைதியாக்கலாம். அதைத்தான் நாம் எதிர்பார்க்க முடியும். செய்யவும் முடியும்.

ராஜன் சமீபத்தில் எழுதின கடிதத்தைப் பற்றிக் கேட்பார் என்று நினைத்தேன். கேட்கவில்லை.

வாசலில் ஆங்காங்கே ஆட்கள் கூடி நின்றபடியிருந்தார்கள் ஆரம்பத்தில் வந்தவர்களில்லை அவர்கள். குட்டேட்டன் சட்டையை அவிழ்த்து, தோளில் ஒரு துண்டை மட்டும் போர்த்தியபடியிருந்தார்.

''தேவூ, பிள்ளைகளுக்கு ஒரு துண்டு கொண்டுவா''

அண்ணி கேட்டார்கள்.

''அப்பு எங்கே?''

''இங்க எங்கியோதான் இருந்தார்''

உள்ளேயும் வெளியேயும் ஓடிஓடி எதையோ கவனித்துக் கொண்டிருந்தார் சாத்துக்குட்டி மாமா. வாசலில் மாமரத்தடிக்குக் கீழே இருபக்கமும் நாற்காலிகள் போடப்பட்டிருந்தன. குடுமி வைத்து இப்போதும் சுற்றித் திரிய தைரியமிருக்கிறது என்ற பாவனையில் ஒரு பெரியவர் மட்டும் உட்கார்ந்திருக்கிறார். அவர் யார்? நம் குடும்பத்தில் உள்ளவரல்ல. உறவினருமல்ல. யாராவது ஊரிலிருக்கும் முக்கியஸ்தராக இருக்கலாம்.

''எங்கே அந்தப் படி?''

படியென்றால் மரபெஞ்சுதான். பிறந்து வளர்ந்த அம்மாவின் கிராமத்து பாஷையிலிருந்து இது கொஞ்சம் வேறு மாதிரிதான் இருக்கிறது.

''எங்கே படி?''

சத்தமாக மட்டுந்தான் சாத்துக்குட்டி மாமாவால் பேச முடியும். ஒரு பெஞ்சு வாசலில் குடுமி வைத்து உட்கார்ந்திருந்த மனிதனின் முன்னால் வந்தது. வெத்திலைச் செல்லத்துடன் அவர் அதில் உட்கார்ந்தார்.

நாலுகட்டு வீட்டிலிருந்து அப்பு, சட்டையைக் கழற்றி தோளில் துண்டை மட்டும் போர்த்திக்கொண்டு ஹேமாவுடன் வந்தான். அவர்கள் இருவரும்தான் வீட்டின் சகலத்தையும் ஏற்று நடத்திக் கொண்டிருக்கிறார்கள்.

அப்பு ஹேமாவிடம் சொன்னான்.

''ராஜேட்டனுக்கும் உண்ணிக்கும் வேற துண்டு எடுத்திட்டு வா''

எதேச்சையாக நான்குபேரும் பக்கத்து பக்கத்தில் சேர்ந்து நின்றோம். பிள்ளைகளான எங்களை எல்லோரும் கவனிக்கிறார்கள்.

உண்ணி நுட்பமாய்க் கவனித்தான். உள்ளே யாராவது அழுகிறார்களா? இல்லை. நிசப்தம். சின்னச்சின்னச் சத்தங்கள். மௌனமாக்கப்பட்ட வசவுகள். இப்போது சாத்துக்குட்டி மாமாவிற்கு உதவியாக இரண்டுபேர் கூடவே இருந்தார்கள்.

''வடக்குத் தளம் பெருக்கித் துடைச்சாச்சா?''

வீட்டிற்குள் பொறுப்பாய் உள்ள எல்லாப் பெண்களையும் பார்த்து பொதுவாய் ஒரு கேள்வி கேட்கப்பட்டது.

அண்ணி முன்பே கொஞ்சம் அழுதிருப்பாள் போன்ற பாவனையில் இருந்தாள். அழுவதற்கு பாத்யதை இருக்கிறது. அப்பாவின் மூத்த மருமகள் அவள். ஹேமாவும் சொந்தத்தில் பெண்ணெடுத்த மருமகள்தான். அவள் முகம் வாடியிருந்தது. அப்பாவின் சகோதரிகள் உள்ளே எங்கேயோ தளர்ந்து படுத்திருக்கிறார்கள்.

துண்டைக் கொடுத்தபடி அப்பு சொன்னான்.

''கீழே தெக்கப் பாத்த அறையில போய் சட்டை மாத்திட்டு வா. உன் பெட்டியை நான் அங்கதான் வச்சுருக்கேன்''

உண்ணி வரவேற்பறைக்குள் ஏறிப் போனான். யார்யாரோ பெண்கள் சூழ்ந்திருந்தார்கள். சுற்றுமுற்றும் பார்க்கவில்லை. அந்தக் கூட்டத்தில் ஏதாவது சின்னக் குழந்தைகள் இருக்கிறார்களா?

இருக்கமாட்டார்கள். மரண வீட்டிற்கு ஆண்கள் யாராவதுதான் பிரதிநிதிகளாய் வந்திருப்பார்கள்.

வரவேற்பறை வாசலில் உட்கார்ந்து குழந்தைகள் எப்போதோ உடைந்துபோன பளிங்கு மணியைக் கோர்த்துக் கொண்டிருக்கிறார்கள்.

அன்று அப்பாவை வீட்டிற்குக் கூட்டிக்கொண்டு வந்தபோது வரவேற்பறையின் வாசலுக்குக்கூட ஏறி வராமல் நான் திரும்பிப் போனேன். ஏழு வருடங்களுக்குப் பிறகு இப்போது வந்திருக்கிறேன். பெரிய ஓல்ட்ஸ் மொபைல் காருக்குப் பின்னால் அப்பா சாய்ந்து கண்மூடிப் படுத்திருந்தார். வரப்புகளுக்கிடையில் தற்காலிகமாக சரிசெய்த பாதை வழியினூடாக கார் வந்தது. வீட்டினுள் அப்பாவை அழைத்துக்கொண்டு போனபோது அவர்கள் திரும்பி வருவதையும் எதிர்பார்த்து வாசலிலேயே நின்றேன். வேறு ஏதோ ஊருக்கு வந்ததைப் போல ஓல்ட்ஸ் மொபைலின் தமிழரான டிரைவரிடம் எனக்குத் தெரிந்த தமிழில் என்னென்னவோ சொன்னேன்.

பெரிய அத்தை ''ஏதாவது சாப்பிட்டுட்டு போ உண்ணி'' என மிகவும் நிர்பந்தித்தார்.

''இல்ல. எனக்கு வேலையிருக்கு''

வேலையிருக்கு!

எப்போதும் எல்லோரும் உபயோகிக்கும் வார்த்தைதான் இது. 'வேலையிருக்கு'

''ஓணத்திற்கு வருவியா?''

''பாக்கலாம். வேலையிருக்கு''

''நான் எழுதின மூணு லெட்டருக்கும் பதில் வரலியே?''

வேலையிருந்தது.

எம்.டி. வாசுதேவன்நாயர்

''இங்க இரு. படுத்துத் தூங்கு. காலையில் போனால் போதும்''

வேலையிருக்கு.

துண்டைத் தோளில் போட்டு வாசலுக்கு வந்தபோது, சாத்துக்குட்டி மாமா முன்னால் வந்து நின்றார்.

''போனது போகட்டும். வாழற காலத்தில ராஜா மாதிரியிருந்தார். அதுக்குத்தான் குடுத்து வச்சிருக்கணும். பாத்தல்ல, இந்த சாத்துக்குட்டி மாமா இப்போதும் என்னா கஷ்டப்படறேன்''

அண்ணி சொன்னார் ''கொளத்தில போயி குளிச்சிட்டு வாங்க. அதுல சேறு அதிகமிருக்கு, பத்திரம்''

குட்டேட்டன் முன்னால் நடந்தார்... சாத்துக்குட்டி மாமா ஞாபகப்படுத்தினார். ''எல்லாரும் கொஞ்சம் சீக்கிரம் வாங்க. நீங்க குளிச்சிட்டு வந்ததும் தரையில எறக்கிப் படுக்க வைக்கலாம்''

முகமறியாத யாரோ பின்னாலிருந்து சொன்னார்கள். ''ஆனக்கடவில் குளிக்க இறங்குங்க. அதுல சேறில்ல''

மூன்று பேருக்கும் பின்னால் உண்ணி சற்று தூரத்தில் நடந்தான். வழியில் நின்று கொஞ்சம் சிரமப்பட்டு வேடனின் பரம்பு வழியாக ஏறினால் குளத்திற்குக் குறுக்கு வழியிருக்கிறது.

உண்ணி யோசித்துப் பார்த்தான். குறுக்கு வழி தெரியாமலில்லை. எனக்கு எப்போதும் ஆலமரத்தடி பிடிக்கும். கந்தர்வக் கதைகள் மிகவும் பிடிக்கும். 'கரவீரகக்காட்டின்' நிழலுக்கிடையில் கொஞ்சமிருக்கும் இடத்தில் மணலில் புளிய மரங்களுக்கிடையில் தடுக்கி, தெறித்து விழுந்து நனைந்த கொழுக்கட்டை போன்ற நிலவின் துண்டுகள் மிகவும் பிடிக்கும். குற்ற உணர்வுகளை மறைத்து வைத்து ஒரு புன்சிரிப்பு எப்போதாவது பிரதிபலனாகக் கிடைக்கலாம்.

ஆனால், யாரிடம் சொல்வது? ஆட்களை அருகே உட்காரவைத்து கதைகளும், கிளைக்கதைகளும் உருவாக்கிய அம்மிணிக்குட்டியை

எனக்குத் தெரியாது. தெரிந்து கொள்ளவும் முயலவில்லை. காரணம், தூய்மையான காதலில் நாயகன் என்று நினைத்து ராஜா வேடம் கிடைத்த கிராமத்து வெகுளியைப்போல ரகசியமாகப் பெருமைப்பட்டு நடந்திருந்த நாட்கள் அவை. அப்போது இதயத்தின் ஏதோ ஒரு மூலையில்கூட வேறு ஒரு பெண்ணிற்கு இடமில்லை. முட்டாள்தனம்.

உண்ணி சட்டென வெடித்துச் சிரித்தான். பிறகு இடத்தையும் காலத்தையும் நினைத்து சட்டென நிசப்தனானான். முன்னால் நடப்பவர்களுடன் சேர்ந்து நடக்கவேண்டி, தன் நடையில் வேகம் கூட்டினான்.

3

அப்பாவுடைய வாழ்க்கை என்றும் 'கோவிலகத்துக்காரர்களின்' குளத்தோடு சம்மந்தப்பட்டது. வாழ்வு, கோவில் குளம் வீடு எனப் பின்னிப் பிணைந்திருந்தது. குளத்தின் மேற்கே பெரிய குகைகளில் முன்பெல்லாம் முதலைகள் இருந்ததாம். ஆளரவமற்ற மத்தியான வேளைகளில் மெல்லமெல்ல அவை மேலேறி வந்து கட்டிப் போட்டிருக்கும் குட்டி ஆடுகளை இழுத்துப் போகுமாம். குளிப்பவர்களின் காலை இழுத்துக்கொண்டு போன கதைகளைக் கேட்டபடிதான் இங்குள்ள குழந்தைகள் வளர்ந்திருக்கிறார்கள். மேற்குக்கரையில் குப்பைகளுக்கு நடுவே செத்து மிதக்கும் ஜீவராசிகள் பொங்கி மேலெழுவதை முதல்முதலாய் அம்மாவுடன் விடுமுறை நாளொன்றில் விளையாடப் போனபோது பார்த்தேன். அன்று நான் தண்ணீரில் இறங்கவில்லை. ரொம்ப வருடங்களுக்குப் பிறகும் குளத்தில் குளிக்கும்போது முதலைகள் பற்றிய கதைகள் அப்புவை தைரியமற்றவனாக்கியே வைத்திருந்தன.

குளத்திற்கு இந்தக் கோவிலைவிடப் பூர்வீகச் சரித்திரம் ஒன்றிருக்கலாம். ஊர்ப் பஞ்சாயத்தைத் தூரத்திலிருந்து கேட்கும்போது குளத்தைப் பற்றி ஏதாவது பேச்சு வரும். மகனிடம் சண்டை போட்ட அம்மா தற்கொலை செய்துகொள்ளத் துணிந்து குளத்தில் குதித்தாள்.

(யாரோ, மேலே இழுத்துக் காப்பற்றினார்கள்) குளத்திற்கு வரும்போதோ, போகும்போதோ எதிரில் பார்த்துக் காதல் வயப்பட்டவர்கள் பலர் இருக்கிறார்கள். காலையில் பக்தர்களும் வயதானவர்களும் குளிக்க வருவார்கள். மாலையில் பெண்களும் குழந்தைகளும் வருவார்கள். மாலை லேசாக இருட்டத் தொடங்கும் போது காதலர்களும், காதலுக்குத் தூது செல்பவர்களும், இரவில் கடை அடைத்துவிட்டு வரும் வியாபாரிகளும் குளிக்க வருவார்கள். ஒரு விடுமுறை நாளில் அப்புவும் உண்ணியும் மட்டும் அப்பாவின் வீட்டிற்கு வந்தபோதுதான் கோவில் கரையின் எல்லையிலிருக்கும் கூப்புக்காட்டின் பக்கத்தில் தம்புராட்டியின் சவம் குளத்தில் மிதந்து வருவதைப் பார்த்தார்கள்.

முதலை பிடித்து இழுத்துக்கொண்டு போயிருக்கும் என்று சிலர் சொன்னார்கள். ஆனால் உடலில் காயங்களும் இல்லை. வேட்டைக்காரனின் பிரியமான முதலைகள் நியாயமானவை என்று ஊர்க்காரர்கள் நம்புகிறார்கள். ஒவ்வொரு வருடமும் 12,000 தேங்காய்கள் உடைத்து பூஜை நடத்தும் வேட்டைக்காரன் இருக்கும் கோவிலகத்தின் பெண்ணை வளர்ப்பு மிருகங்கள் துன்புறுத்தாது.

இறந்துபோன தம்புராட்டியைப் பற்றித்தான் அதற்குப் பிறகான நாட்களில் எங்கேயும் பேச்சாக இருந்தது.

தென்னமரத்தடியில் சிறுநீர் கழிக்க நின்ற உண்ணியின் வருகையைக் காத்து அப்பு நின்றிருந்தான். முன்னால் நடந்தவர்களும் நின்றனர்.

''உண்ணி வழியில் ஏதாவது சாப்பிட்டியா?''

''டீ குடித்தேன்''

''ராஜேட்டன்?''

''நான் எங்கேயும் நிறுத்தவில்லை''

குட்டேட்டன் சொன்னார், ''சம்பிரதாயப்படி நாளைக்கு அடக்கம் முடிந்த பிறகுதான் சாப்பிடணும்''

அப்பு ஒரு நிமிடம் யோசித்து, பிறகு சொன்னான்.

"நாங்கள் யாரும் விரதமோ நோன்போ இருந்தவர்கள் இல்லை. டீயும் கொஞ்சம் பழமும் மேலே உள்ள அறையில் கொண்டுபோய் வைக்கச் சொல்றேன். யாரும் பார்க்காத மாதிரி போய் சாப்பிட்டுட்டு வாங்க"

ராஜேட்டன் சொன்னார், "எனக்கு இப்ப ஒண்ணும் வேண்டாம். உண்ணிக்கும் வேண்டாமாம்"

மட்டுமில்லை. சம்பிரதாயம், சவஅடக்கம் முடிகிறவரை ஒரு சொட்டுத் தண்ணீர்கூடக் குடிக்கக் கூடாது என்றால் அப்படியே இருக்கலாம் என்றுதான் உண்ணி நினைக்கிறான். அப்புவிற்குத்தான் கொஞ்சம் சிரமமிருக்கிறது. சாப்பாட்டு வேளை தவறினால் அல்சர் இருக்கும் வயிறு எரியத் தொடங்கும். ராஜேட்டனுக்கும் உண்ணிக்கும் சாப்பாடு நிர்பந்தமில்லை. பலநேரங்களில் அவர்களுக்கு சாப்பாடு ஒரு சடங்காக மட்டுமேயிருக்கும்.

குளம் காலியாக இருக்கிறது. பழைய வீடுகளில் வெளியே குளியலறைகளைக் கட்டியிருக்கிறார்கள். மாலையில் விசேஷமாக உடம்புக்கு மட்டும் குளிக்க குளத்திற்குப் போயிருந்த பழைய சம்பிரதாயங்களைப் பெண்களும் குழந்தைகளும் நிறுத்தியிருக்கிறார்கள்.

குளத்தின் கிழக்கு மூலையில் மட்டும் ஒரு பெண் துணி துவைத்துக் கொண்டிருக்கிறாள். பங்குனி மாசத்திலேயே தண்ணீர் வற்றியிருக்கிறது. கோவில் கூரையில் பழைய ஓடுகள் உதிர்ந்து சிதிலமடைந்த கழிகள் மட்டும்தான் பாக்கியிருக்கின்றன.

விடுமுறை நாட்களில் இக்குளத்திற்கு வந்த மாலைப் பொழுதுகள் நினைவிற்கு வந்தன. பள்ளிகள் மூடும் தேதிகள் முன்பே கணக்கிடப்பட்டிருக்கும். அதன் மறுநாளே அப்பாவின் வீட்டிற்கு வரலாம். பஸ் பயணமும், வழியில் ஓட்டல்களில் உள்ள

பலகாரங்களின் மீதான ஆர்வமும் அடக்க முடியாதவை. நான்கு நாழிகை நடக்க வேண்டும். குட்டேட்டனும், ராஜேட்டனும் சிறுவர்களாயிருந்த நாட்களில் அம்மா சவாரி வண்டியில் வருவார்கள் என்று சொல்லக் கேட்டிருக்கிறோம்.

குழந்தைகள் பெரியவர்களானபோது அம்மா அவர்களைத் தனியே அனுப்பி வைத்தாள். அம்மாவும், அப்பா வழிப் பாட்டியும் பரஸ்பரம் மனவேறுபாட்டோடு இருந்தார்கள் என்பதுதான் குடும்ப ரகசியம். வயல் வேலையும் வீட்டுவேலையும் ஒன்றாகப் பார்க்கவிருந்த நாட்களில் அம்மாவால் வீட்டைவிட்டு வரமுடியாது என்று ஊர்க்காரர்களை நம்பவைக்க இரண்டு தரப்பிலும் சொல்லப்பட்டது.

கம்பளிப் போர்வையிட்டு மூடி, கறுத்த வடுக்களுள்ள காலைச் சொறிந்து விட்டபடி தாழ்வாரத்தில் பகல் முழுக்க பாட்டி கண்மூடி உட்கார்ந்திருப்பாள். அவள் யாரையும் பார்ப்பதில்லையென மற்றவர்களுக்குத் தோன்றும். ஆனால் அவளுக்குக் கண் பார்வை நன்றாகவேயிருந்தது. முற்றத்தின் மூலையில் நெல் அளையும் பெண்கள் நெல் காய்ந்துவிட்டதா என்று பார்க்க, பாதத்தால் தேய்த்து அரிசியாக்கி ஊதும்போது பாட்டி கவனித்துவிடுவாள். ‘‘குஞ்சுகாளி காய்ச்சல் பார்க்க ஒரு குத்து அரிசி எடுத்து மெல்லணுமா?’’ எனச் சத்தம் போடுவாள்.

தாராளமாய் நெல்லும் தேங்காயும் கிடைக்கும் காலம் வந்தபோதும், சின்ன வயதில் வறுமையில் வாழ்ந்த வாழ்க்கையின் கஞ்சத்தனம் பாட்டியின் கூடவேயிருந்தது. வேலைக்காரர்கள் தூரத்தில் நின்று மெல்ல முணுமுணுத்தால்கூடக் கேட்கும்.

‘‘பெண்ணே பச்சரிசி அதிகமாத் தின்னா பித்தம் சேரும்’’

கோடைக்கால விடுமுறைகளில் சொந்தக்காரர்களும் குழந்தைகளுமாக நிறையபேர் அப்பாவின் வீட்டிலிருப்போம். அன்றெல்லாம் சிந்திய மூக்குடன் அந்தக் கூட்டத்தில் ஹேமாவும்

இருந்தாள். அதை பின்னொரு நாளில் சொன்னபோது ஆச்சர்யப்பட்டாள். இப்போது நினைக்கும்போதும் சிரிப்புதான் வரும்.

பலதையும் கண்ட குளம். கரையில் நின்று கதைகள் சொல்லும் பதுமைகள் உடைந்து போயிருந்தன. ஹேமாவைப் பார்த்த நிமிடம், இந்தக் கதைகளொன்றில் காலத்தின் ஆழத்தில் அமிழ்ந்து கிடக்கிறது.

அதற்கு முன்பாக அதிகாரியின் வீட்டிலோ, ''பட்டத்திரியின்'' வீட்டிலோ, குழந்தைகளுடன் வெளியே எங்கேயோ விளையாடும் போது அவள் வெளியே வந்தால் கோபம் வரும். இந்த அபசகுனம் பிடித்த பெண்ணை எப்படி இங்கயிருந்து அனுப்பறது? வா, நாம கொல்லனின் தோட்டத்திற்குப் போகலாம். இடம் மாறினால் அவளுடன் இருக்கும் அவலட்சணங்களும் போய்விடும் இல்லையா?

வருடங்கள் சட்டென அகன்று, தூரேதூரே கடந்து போயின. பிறகொருமுறை இந்தக் குளத்தில் குளிக்கும்போதுதான் அக்கரையில் பெண் பிள்ளைகள் கூட்டத்தில் அவள், நீர் வடிந்துபோன கரைக்குப் பின்னால் திரும்பிநின்று தலை துவட்டுவதைப் பார்த்தேன். தலையைத் திரும்பிப் பார்த்தபோது அதிர்ச்சியாகிப் போனேன். அவளுக்கும் அதிர்ச்சியாக இருந்திருக்க வேண்டும். நனைந்த ஈர உடைகளில் அவளுடைய வளர்ந்த உடலை ரகசியமாய்ப் பார்த்த நொடிகள் அவை. திருமணத்திற்குப் பிறகு குழந்தைகள் பிறப்பதற்குமுன் உறவினர் வீடுகளில் விருந்திற்குப் போய்க் கொண்டிருக்கும் நாட்களில் ஓரிருமுறை இரவில் அவளிடம் அதைச் சொல்ல நினைத்தேன். ஆனாலும் ஏனோ மறைத்தேன். என்ன ஒரு முட்டாள்தனம்! எல்லாம் அறிவின்மைதான். பல நேர்காணல்களுக்குப் பிறகு ஏதோ ஒன்றில் தேர்ந்தெடுத்தப்பட்டு வேலை கிடைத்தது. பிறகு அப்பாதான் கல்யாணம் நிச்சயம் செய்துவிட்டு, கூப்பிட்டுச் சொன்னார்.

வழி தவறாத வாழ்வின் பயணம்.

அடுத்த ஸ்டேஷனில் வண்டி வந்து சேரும்போது இங்கே மணியடிக்கிறது. பாயின்ட்ஸ்மேன் சிக்னலை கீழே பிடிக்கிறார். முதல்

வரிசையில் ஏதோ சிக்கலிருந்ததால் இரண்டாம் வரிசைக்கு மாற்ற விசிலடிக்கிறார். கொடி அசைக்கிறார். காத்திருக்கும் கொஞ்சம் பயணிகள், சின்ன ஸ்டேஷன். சின்னச்சின்ன சட்ட திட்டங்கள். அடுத்து வரும் வண்டிக்கான காத்திருப்பு. மூன்று ''பரப்பனங்காடி' இரண்டு 'கோழிக்கோடு', ஒன்றரை 'திரூர்', ஒரு 'கண்ணூர்'. சில்லறை இருக்கிறதா? சில்லறையா தாங்க''

படிக்கும் காலத்தில் ராஜேட்டன் சமையல்காரனாக, நகைச்சுவை நாடகத்தில் பெண் வேடமேற்றார். அந்த நாடகத்தின் தொடக்கத்தில் ஒரு கீர்த்தனம் பாடவேண்டும். அம்மாவின் சிவப்பும் கருகருவென சுருண்ட முடியுமாக இருப்பதால் நான் பார்க்க அழகாக இருப்பேன். டிபேட்டிங் சொசைட்டி கூட்டங்களில் பாட்டுபாடி கைதட்டல் வாங்கினேன். நம்பீசன் மாஸ்டர்கூட, 'அப்பு நீ பாட்டு கத்துக்கோ' என்று சொல்லியிருந்தார்.

பங்கஜ் மல்லிக்கின், சைகாலின் பாடல்களின் மலையாள வடிவங்களை ஒரு பைண்டட் நோட்டுப் புத்தகத்தில் எழுதி வைத்திருந்தேன். உத்யோகம் தேடி அலைந்த நாட்களில் நூலகத்தின், சங்கீத சபாக்களின் ஆண்டு விழாவிற்குப் போனேன். ஒப்பனை செய்ய நேரமானபோது பார்வையாளர்கள் பொறுமை இழக்கிறார்கள் என்று உணர்ந்தால் ஒருங்கிணைப்பாளர், ''ஓ அப்பு இருக்கானா? ஒரு பாட்டு பாடலாமே'' என்று சொல்வார்.

தொண்டையை சரிப்படுத்தி இருமும் குரலும், மைக் வழியே ஒப்பனையறையின் ஒழுங்கற்ற உரையாடல்களைக் கேட்கவும் முடிகிறது. பிறகு குரல் கம்மிப்போன ஏதோ அமைப்பாளனின் அறிவிப்பு. ''ப்ரியப்பட்ட ஊர்க்காரர்களே, அடுத்ததாக இளம் பாடகரான 'அப்பு வடக்கேடத்து' உங்களுக்காக இரண்டு பாடல்களைப் பாடப் போகிறார்''

''இளம் பாடகன்''

"அப்பு வடக்கேடத்து!"

எதிர்காலத்தில் புகழ் பெறும்போது பயன்படுத்துவதற்காக சுயமாக வைத்துக் கொண்ட பெயர்தான் 'அப்பு வடக்கேடத்து'

பைத்தியக்காரத்தனம். எப்போதாவது நினைத்து ரசிக்கவுமான இன்னொரு பழைய முட்டாள்தனம்.

யானைக்கடவில் குட்டேட்டனும் ராஜேட்டனும் இறங்கிக் குளிக்க ஆரம்பித்தார்கள். துவைக்கும் கல்லில் சிகரெட் பிடித்தபடி உண்ணி உட்கார்ந்திருக்கிறான்.

"அப்பு வடக்கேடத்து" பிறகு ரயில்வே கிளார்க்காக மாறிப் போனான். மீன்கூடைகளின் வீச்சமடிக்கும் சின்ன ரயில் நிலைய அலுவலகங்கள். துர்நாற்றமடிக்கும் ஐஸ் தண்ணீர் ஒழுகிக் கொண்டிருக்கும் நடைபாதைகள், வாழைக்குலைக் கட்டுகள். கயிற்றில் கட்டிய பெரிய கோழிக்கூடைகளோடு ஹோட்டல்கள் இருக்கும் நகரத்திற்குப் போகும் ஜீவனுள்ள பார்சல்களின் கணக்குகள். சின்ன தூரங்களைக் கடப்பதையும், இரவு வண்டிக்கு வீட்டிற்குத் திரும்புவதையும் வழக்கமாக்கிக் கொண்ட பயணிகள்.

'தொடர்ந்து படித்தும் புண்ணியமில்லை. உனக்கும் உண்ணிக்கும் சேர்த்து பணம் அனுப்ப முடியவில்லை. ஊரில் வந்து ஏதாவது வேலைக்கு முயற்சி செய்யவும்'

அப்பாவின் கடிதத்தின் கடைசியில் எல்லாக் கடிதங்களின் முடிவிலும் எழுதுவது போல வாக்கியங்கள் இருந்தன. 'கடவுள் உனக்கு நல்லதே செய்யட்டும்'

கடவுளை எதிர்க்க நான் விரும்பவில்லை. சின்ன வீடு, நிறைவான குடும்பம், அதற்குத் தேவையான வருமானம். பாட்டு எழுதிவைத்த நோட்டு புத்தகங்களை ரொம்ப நாட்களாகக் கையிலேயே வைத்திருந்தேன். ஒரு இடமாறுதல் நேரத்தில், குவாட்டர்ஸின் வாசலில் பலாமரத்தினடியில் எடைக்குப் போடமுடியாத பேப்பர்களை ஹேமா

தீயிட்டுக் கொளுத்தும்போது அதில் தூக்கி எறிந்தேன். புதிய பாட்டுகள் வந்து கொண்டிருக்கின்றன. இந்தப் பழைய புத்தகங்கள் புதிய பாடகர்களுக்குப் பயன்படாது.

வீட்டில் ரேடியோ வாங்கியபோது, ஒரு பாட்டின் தாளத்திற்கு விரல் அசைத்தபோது தவறைச் சுட்டி காட்டியதுபோல சட்டென நிறுத்தினேன். ஹேமா பார்த்துவிடப் போகிறாள். 'ஐங்கரக்குன்றின்' மேலே ஒரு கிராம கலா சம்மேளனத்தில் அந்தக்கால பாடகனைப்போல ''வசந்தகாலமே மறைந்து போனியே'' எனப் பாடியபோது ஜனங்கள் கைதட்டினார்கள். மீண்டும் பாடும்படி வற்புறுத்தினார்கள்.

மனதிற்குள்ளாக அவனுக்கே கேலியாக இருந்தது. அகாலமாய் தொலைந்துபோன அந்தப் பாடகனை உண்ணிக்குத் தெரிந்திருக்காது. ஒருமுறை 'அப்பு வடகேடத்தை' பற்றி அவனோடு பேச வேண்டும்.

''அப்பு குளி லேட்டாகுது பாரு'' உண்ணி.

தண்ணீர் ஜில்லென்றிருக்கிறது. கொஞ்சம் நடந்து பார்த்தேன். முட்டி அளவுதான் தண்ணீர் இருக்கிறது. அப்பறம் வெறும் வண்டல்தான். ஒருமுறை முழுகி தலை துவட்டினால் போதும். அதற்குப் பின்னும் குளிக்க வேண்டுமா என்பதே உண்ணியின் சந்தேகம்.

அப்பாவை வடக்கு அறைக்கு மாற்றிப் படுக்க வைத்தால் மீண்டும் குளிக்க வேண்டும். பிறகு ஈரத்துணி மாற்ற வேண்டும்.

''எப்ப அடக்கம்?''

''காலையில்''

இன்னும் யார்யாரோ வரவேண்டியிருக்கின்றதென சாத்துக்குட்டி மாமா சொல்கிறார்.

''நைட் சாப்பிடலாமா?''

உண்ணியின் சந்தேகம் சரிதானென அப்புவிற்குத் தோன்றியது.

கொடுங்கல்லூர் பகுதியில் அப்பாவிற்கு ஏதோ சொந்தங்கள் இருக்கிறதாம். அவர்களில் யாராவது வர வேண்டியிருக்கும். வந்து விடுவார்கள்.

கொடுங்கல்லூரில் யாரோ இருக்கிறார்கள் என்று கேள்விப்பட்டு இருக்கிறேன். யாருக்கும் பெரிதாய் பழக்கமொன்றுமில்லை. ஆனாலும் சாவுக்கு மட்டுமாவது வரவேண்டும். அதுதான் நியதி.

''அவங்க எப்ப வருவாங்கன்னு யாருக்குத் தெரியும்? நான்சென்ஸ்''

உண்ணி சொல்லிவிட்டான். அப்பு உள்ளுக்குள் பயந்தான். இனி அவன் இப்போது சூழலைப்பற்றியோ, இறந்த உடலை பத்திரப்படுத்த வேண்டியதைப்பற்றியோ டி கம்போஸாவதன் அறிவியல் விளக்கம் பற்றியோ எந்த மரணத்தையும் அருகிலிருந்து பார்க்கவில்லை ஆனாலும் சில நேரங்களில் பேசத் தொடங்கி விடுவான். நல்ல வேளையாக இப்போது அதிகம் பேசவில்லை.

குட்டேட்டன் பொதுவாகச் சொன்னார். ஊர்க்காரர்களும், உறவினர்களுமாகப் பலரும் இருக்கலாம். வெதர் யூ லைக் ட் ஆர் நாட், விரும்பினாலும் இல்லையென்றாலும் இந்தச் சடங்குகளையெல்லாம் நாம் கடந்துபோயே ஆக வேண்டும்.

உண்ணியும் முழுகிக் குளித்தான். நனைந்த வேட்டியைப் பிழிந்து கட்டி, துண்டு போர்த்தி அவர்கள் திரும்பி நடந்தார்கள். இப்போது சடங்கின் ஒரு கட்டம் தொடங்குவதாக இருப்பதால் வழியில் இவர்களைப் பார்த்தவர்கள் ஒன்றும் பேசாமல் தீட்டுப்பட்டவர்களைப் போல விலகி நின்றார்கள்.

அப்பு நடுவில் ரகசியமாக உண்ணியையும் ராஜேட்டனையும் பார்த்தான். இருவரும் வேறு ஏதோ யோசிக்கிறார்கள் என்று புரிந்தது. குட்டேட்டன் சொன்னதுதான் சரி. இப்போது மரண வீட்டிற்குத்தான் போகிறோம். நாம் அப்பாவை இழந்த துக்கத்தின் பாரத்தைச் சுமக்கும்

பிள்ளைகள். அதனால் முகம் குனிந்து அதீதமாய் நடித்துக் கெடுக்காமல் ஒரு சோகப் படலத்தை ஏற்று மெதுவாக... மிக மெதுவாக...

இழந்துபோன இரண்டு வருடங்களைப் பற்றித்தான் அப்பு அப்போது யோசித்தபடியிருந்தான். இரண்டு வருடங்கள் மட்டுமாவது படிக்க அனுமதித்திருந்தால் டிகிரி முடித்திருக்கலாம். இன்னும் நிறைவான வேலை. நிறைய விடுமுறை நாட்கள். பக்கத்தில் ஃப்ரண்டஸ் ஆர்ட்ஸ் கிளப். இல்லையென்றால் வேறு ஏதோ ஒரு பெயர். முன்பு மனதிற்குள்ளேயே சிதைந்துபோன ரெட் ஸ்டாராக மாறலாம். சிவப்பு நட்சத்திரத்தின் வெளிச்சம். நாடகம், பாட்டு, திரைக்கதை, இசை, இயக்கம். "அப்பு வடக்கேடத்து"

சரி, இது இறுதி யாத்திரை. தரையில் பாதம் பதிய நடக்கலாம்.

4

மரண வீட்டிற்கு வரவேண்டுமேயெனப் பேருக்கு வந்தவர்கள் போயிருந்தார்கள். நாலுகட்டு வீட்டின் வெளியே வாசலில் நிற்பவர்கள் புதிதாக வந்தவர்களாக இருக்கலாம். படி ஏறி வரும்போது உரல்வைத்த இடமும் அடுக்களை மூலையும் இருக்கிறது. சமையலறை வாசலில், வீட்டுக்குப் பக்கத்தில் குடியிருக்கும் சில பெண்கள் நிற்கிறார்கள். சமையலறைக் கதவுகளுக்கிடையே தூரத்து உறவுகளிலிருந்து வந்த இரண்டு கிழவிகள் உட்கார்ந்து வெற்றிலைப் போட்டுக் கொண்டிருக்கிறார்கள். புடவை கட்டியிருந்த முகமறியாத ஒரு பெண் ஹேமாவோடு பேசிக் கொண்டிருக்கிறார்கள்.

நாங்கள் வருவதை எதிர்பார்த்து சாத்துக்குட்டி மாமா வாசலில் நின்றிருந்தார்.

''அப்பு சீக்கிரம் வா'' அவருக்கு அப்புவையும் என்னையும் எப்போதும் குழப்பம்.

குட்டேட்டனுக்குப் பின்னால் நாங்கள் மச்சு வீட்டிற்கு உள்ளே ஏறிப் போனோம். அங்கே திண்ணையிலும் வராந்தாவிலுமாகப் புதியதாக வந்தவர்கள் இருக்கிறார்கள். யாரையும் நான் பார்க்கவில்லை.

இனி சாத்துக்குட்டி மாமாவுடன் இணைந்து அவர் சொல்வதுபோலச் செய்ய வேண்டும்.

அவசியமில்லாத சாவு வீட்டுக்கான சத்தத்தோடு ஒரு பெரியவர் சொன்னார்.

"யாரு அங்கயே நிக்கறது, எல்லாம் அந்த ரூமிலேருந்து வெளிய வாங்க"

அண்ணன் பின்னால் நடந்து, உடல் கிடத்தியிருக்கும் அறைக்கு நாங்கள் போனோம்.

"நாலு பேரும் வேட்டியைக் கீழ்பாச்சியா மடிச்சுக் கட்டுங்க"

உண்ணி கொஞ்சம் தயங்கி நின்றான் எனத் தோன்றியது.

பிறகு மாமா வெளியே தயாராக நிற்கும் சிலரை உள்ளே அழைத்தார். பலரும் உள்ளே வந்தார்கள். "எடுங்க, நீங்க சொந்தப் பிள்ளைங்க தலைப்பக்கமும் கால்பக்கமும் தொட்டு நின்னாப் போதும்"

குட்டேட்டனும் அப்புவும் கால் பக்கத்தைப் பிடித்தார்கள். உண்ணியும் நானும் தலைப் பக்கத்தை ஏந்தினோம். தூக்க எனக்குக் கொஞ்சம் பயமாக இருந்தது. ஏற்கனவே இதில் தேர்ந்திருந்த சாத்துக்குட்டி மாமாவின் மேற்பார்வையில் ஐந்தாறுபேர் சேர்ந்து தூக்கினோம்.

"கூடவே நட, நட... மாதப்பா, இந்தப் பக்கம் திரும்பு. இந்தப் பக்கம்" மாமா தொடர்ந்து பேசியபடியே எங்களை வழி நடத்தினார். "இங்க என்ன பாக்க வேண்டியிருக்கு? இந்தக் குழந்தைங்க உள்ளே போய் உக்காரக் கூடாதா? அந்தக் கதவை நல்லா திறந்து வை. கவனம், கவனம்... ம்..."

பெரியவர் சடலத்தை நடுவில் கீழேயிருந்து தாங்கிப் பிடித்திருந்தார்.

"தலைப்பக்கம் பாத்துப் பிடிங்க. வாசப்படி ரொம்ப சின்னது"

முற்றத்தின் வாசல் கடந்து வரவேற்பறை வழியாக நாலுகட்டு வீட்டிற்கு நடந்தோம். பழைய வீட்டை இடித்து வேலை பார்த்தபோது உயரம் குறைந்த வாசல் படிகளை மாற்றவில்லை. எல்லாரும் ஒன்றாய் நுழைய முடியாது. வராந்தாவிற்கு வந்தபோது மீண்டும் கால்பக்கமும் தலைப்பக்கமும் தொட்டுப் பிடித்தபடி நடந்தோம். அகலம் குறைந்த வராந்தாக்களின் கீழ்த்தளத்தில் குத்துவிளக்கு ஏற்றி வைத்திருந்தார்கள்.

"தெக்கு வடக்கா வாங்க, தெக்கு வடக்கா"

கழுவிவிட்ட ஈரத்தரை சில்லிட்டது. தலைவாழை இலைபரப்பி வைத்திருந்தார்கள். "படுக்க வைங்க அப்படியே..."

முன்னால் நாலைந்துபேர் நிற்கிறார்கள். ஒன்றும் தெரியவில்லை. கூட்டத்திலிருந்து மெல்லப் பின் வாங்கிய உண்ணியும் எனக்கருகில் சுவரில் சாய்ந்து நின்றான்.

"அங்க யாரு? கோடி விரிச்சு போடு லக்ஷ்மிக்குட்டி, தேங்காய், நெல் நிறைத்த மரக்கா எல்லாம் எடுத்து வை"

தேங்காய் உடைத்து வைத்தார்கள். யாரோ சாம்பிராணியும் வத்தியும் ஏற்றினார்கள். வெளிச்சம் விழாமல் நனைந்த நிழல் போலிருக்கும் காற்றில் விரும்பத்தகாத வாசனையின் இழைகள் படர்ந்து மேலெழுந்தன.

கோடித் துணியால் அப்பாவை மூடும்போது சாத்துக்குட்டி மாமா பேசிக் கொண்டேயிருந்தார்.

"கடவுளே, இதெல்லாம் என்ன வெச்சே செய்ய வெக்கணும்னு இருக்கும் போலருக்கே! யாரு அந்தப் பக்கம் நிக்கறது? அந்த நுனியைப் பிடி. போக வேண்டிய நாள் நெருங்கினவங்களைக் கடவுள் கூப்பிடறாரு"

வயதாலும் அனுபவத்தாலும் சக்தி குறையாத வயோதிகக் கைகள் மிக லாவகமாக இயங்கின.

உண்ணியும் அப்புவும் என்னைப் பார்த்தார்கள்.

"இனி என்ன?"

அரிசியும் நெல்லும் எடுத்து வைத்துக் கொண்டிருக்கும் சாத்துக்குட்டி மாமாவின் பின்னால் அசையாமல் நிற்கிறார் குட்டேட்டன். கீழ்ப்பாச்சியாய் கட்டிய வேட்டியை, சரியாகக் கட்டியபடி உண்ணி வராந்தாவிற்கு இறங்கி நடந்தான். அப்புவும் வெளியே வந்தபோது மாமா ஒன்றும் சொல்லவில்லை. அங்கே எங்களுக்கு எந்த வேலையும் இல்லை.

"ராஜேட்டா, ஏதாவது கையில வச்சிருக்கீங்களா?" நீண்டநேரம் புகை பிடிக்காமல் உண்ணியின் கைவிரல்கள் நடுங்கத் தொடங்கியிருந்ததைக் கவனித்தேன்.

"பீடி இருக்கும்"

சட்டையும் பையும் வைத்த தெற்கு பார்த்த அறையில் இப்போது பெண்கள் நிறைந்திருந்தார்கள். உள்ளே போகத் தயக்கமாக இருந்தது. அப்போது அங்கே வந்த ஹேமாவைப் பார்த்தேன்.

"என் சட்டைப் பையில இருக்கு. ஹேமாட்ட சொல்லு"

ஹேமா வந்தாள். அழ முயற்சித்தும் அவள் கண்கள் அழவில்லை. வராந்தாவின் இருட்டில் சுவரில் சாய்ந்தபடி உட்கார்ந்திருக்கும் அத்தை இப்போதும் கொஞ்சம் தேம்பிக் கொண்டிருக்கிறாள். ஹேமா பீடியையும் சிகரெட்டையும் என் கைகளுக்கு லாவகமாய் மாற்றினாள்.

"கொடுங்கல்லூருக்குத் தகவல் சொல்லப்போன ஆள் வந்தாச்சு. வேறு யாரும் கூட வரலை"

"வருவாங்க, யாரையாவது அனுப்பறேன்னு சொல்லியிருக்காங்க"

உண்ணி கேட்டான்.

"வரலன்னா?"

யாரும் பதில் பேசாமல் அமைதியாய் இருந்தார்கள்.

"நாம எத்தனை நேரம் இப்படியே காத்திருக்க முடியும்?"

புகைச் சுருள்களுக்கிடையில் எழுந்த அவன் கேள்வி காற்றில் தங்கி நின்று ஒலித்தது.

உள்ளேயிருந்து வந்த மாமா சொன்னார்.

"இன்னுமொரு முறை போய் குளத்தில் முழுகிட்டு வாங்க. நானும் வரேன். அப்புறந்தான் ஈரத்துணி மாற்றணும்" என்று சொன்னவர் தனியே வாசலில் இறங்கி வடக்கு தெற்காய் பார்த்தார். "வைகாசி மழை வருமா?"

"பெய்யாது. முன்னாடியே மாமரத்தை வெட்டச் சொல்லலாம்".

நம்முடைய உறவுக்காரன்தான் குட்டி நாராயணன். என் வயசுதான். இந்த மாதிரி சந்தர்ப்பங்களில் மாமாவின் காலம் முடியும்போது, குட்டி நாராயணன்தான் பிறகு இதெல்லாம் செய்வான்.

சாத்துக்குட்டி மாமா அடுக்களைப் பக்கம் பார்த்து பொத்தாம் பொதுவாய் உரத்த குரலில் சொன்னார்.

"அந்தப் பொம்பளங்கள எதுவும் புரளி பேசாம, ராம நாமம் மட்டும் சொல்லச் சொல்லுங்க"

இரண்டாம்முறை குளிக்கப் போனபோது சவமெடுக்க உதவியவர்கள் எல்லாம் எங்களுடனே குளத்திற்கு வந்தார்கள்.

மாற்றுக் கட்டுக்கு வேட்டியும் துண்டும் தேவு எடுத்து வைத்திருந்தாள். தேவு என்னைவிடச் சிறியவள். சின்ன வயதில் பரஸ்பரம் பேர் கூப்பிட்டுக் கொள்வோம். குட்டேட்டன் திருமணம்

செய்தபிறகு சத்தமிட்டு அவளைப் பெயர் சொல்லிக் கூப்பிடத் தயக்கமாகயிருந்தது.

தேவு எங்களிடம் வந்தாள். சுற்றிலும் பார்த்தாள். நாங்கள் தனியாக இருக்கிறோம் என்பதைப் புரிந்து கொண்டாள். ''ஆட்கள் வந்து இங்க கூட்டம் சேர்றதுக்கு முன்னால நீங்க நாலுபேரும் அந்த மூலைல தெக்கபாத்த அறைக்குப் போங்க''

''குட்டேட்டன் வரட்டும்''

''அண்ணன்தான் சொல்லச் சொன்னார்''

குட்டேட்டனும் சாத்துக்குட்டி மாமாவும்தான் உள்ளேயிருந்து வந்தார்கள். எனக்கு ஒண்ணும் வேண்டாமென்று உண்ணி சொன்னான். மாமா குரல் தாழ்த்தி தேவுவிடம் சொன்னார். ''இவங்களுக்கு இதெல்லாம் ஒண்ணும் பழக்கமில்ல. டீயோ, பழமோ ஏதாவது கொடு. யாருக்கும் தெரிய வேணாம். அதிலெல்லாம் தப்பில்ல''

உண்ணி கொஞ்சம் கிண்டலாகக் கிழவனைப் பார்த்தான்.

''அதற்கும் ஏதாவது சம்பிரதாயம் இருக்குமே''

''இருக்கு இருக்கு. இப்ப அந்த வரி சட்டுன்னு ஞாபகத்துக்கு வரல''

உண்ணி சத்தமில்லாமல் உள்ளுக்குள் சிரித்துக்கொண்டான்.

தேவு அவசரப்பட்டாள்.

''எல்லாம் வச்சிருக்கேன். அது ஆறிடும். இனி நாளைக்கு அடக்கம் முடிந்த பிறகுதான் பச்சத்தண்ணிகூட குடிக்க முடியும்''

நாங்கள் உள்ளே போக யத்தனித்தபோது யாரோ வந்தார்கள்.

''ராஜேட்டன் முன்னாடியே வந்திட்டீங்களா?''

பரமேஸ்வரன்தான் வந்தான். இப்போது துணி வியாபாரம் செய்கிறான். முன்பு வேலை இல்லாமல் திரிந்தபோது அப்பாவுடன்

சிலோனுக்குப் போயிருக்கிறான். இரண்டு வருஷம் அங்கே வேலை பார்த்திருக்கிறான். அப்பா அவனுக்குச் சமையல் வேலைதான் தந்தார் என்று பிறகு ஊரில் குறையாய்ப் பேசிக்கொண்டார்கள்.

பரமேஸ்வரன் என்னைவிடப் பெரியவன் ஆனாலும், அப்பாவிற்குப் பிடித்த பையனாய் வீட்டிற்கு வரத் தொடங்கிய நாள் முதல் என்னை அண்ணாவென்றுதான் கூப்பிடுவான்.

''இப்பப் பாலக்காட்டில்தானே இருக்கற?''

''ஆமா, உண்ணி கோழிக்கோட்டில் இருக்கிறானா? முன்னாடியே வந்திட்டானா?''

''இருக்கான். இங்கதான் இருந்தோம் எல்லாரும்''

பரமேஸ்வரன் பெண்ணின் குரலில்தான் பேசுவான். பெண்ணின் நாணத்தோடும் இருப்பான். ஆனால் வியாபாரம் தெரியும். சிலோனிலிருந்து திரும்பி வந்த பிறகு இரண்டு தையல் இயந்திங்களை வாங்கினான். ஒன்றை பரமேஸ்வரனும் இன்னொன்றை அவன் தம்பியும் பயன்படுத்தினார்கள். மார்க்கெட்டிலிருக்கும் துணிக்கடை வாசலில் தைக்க உட்கார்ந்தார்கள். மேனனின் துணி வியாபாரம் நொடிந்தபோது பரமேஸ்வரன் அதை வாங்கினான். இப்போது துணிக்கடை, ஆயில் மில், நாலு மிஷின் இருக்கும் தையல்கடை என வசதியாய் இருக்கிறான். வீட்டையும் இடித்துப் புதிதாய்க் கட்டிவிட்டான்.

''வியாபாரம் எப்படி இருக்கு?''

''இங்கயெல்லாம் என்ன வியாபாரம்? செலவுதான் அதிகமாகுது. நான் சரக்கெடுக்கப் போகக் கிளம்பின நேரத்திலதான் விவரம் தெரிஞ்சது. ஒவ்வொரு வேலையா முடிச்சு இப்பத்தான் இங்க வர முடிஞ்சது''

வராந்தாவில் இப்போதும் அவ்வப்போது மூக்கு சிந்திக் கொண்டிருக்கும் அத்தை கூப்பிட்டுச் சொன்னாள்.

''தேவு மேல கூப்பிடறா பாரு''

முழுக்கை சட்டைபோட்ட குட்டேட்டனும் தேவுவுமாய் நிற்கும் கல்யாண ஃபோட்டோ இப்போதும் மேல்அறைச் சுவரில் இருக்கிறது. முன்னெப்போதோ அதில் தொங்கவிடப்பட்ட ஒரு பழைய சரிகை மாலை பொலிவின்றி இருக்கிறது. கொஞ்சம் கரையான் அரித்த ஊஞ்சல் ஆடும் அழகியின் படமுள்ள பழைய வினோலியா சோப் விளம்பரக் காலண்டரும், பழைய பாக்ஸ் காமிராவில் எடுத்த, யாரையும் தெளிவாகக் காண்பிக்காத குழந்தைகளின் ஃபோட்டோவும் கறுத்த ஜமுக்காளம் விரித்த கட்டிலும் அந்த அறையில் பல வருடங்களாக எந்த மாற்றமுமில்லாமல் அப்படியேயிருக்கிறது.

பசியிருப்பினும் நான் டீ மட்டுமே குடித்தேன். என்னை உப்புமாவும் பழமும் சாப்பிட தேவுவும் ஹேமாவும் வற்புறுத்தினார்கள்.

''குழந்தைகள்?''

''அவங்கெல்லாம் முன்னாடியே சாப்பிட்டுட்டாங்க''

உண்ணி அண்ணிகளிடம் கேட்டான்.

''நாம எல்லாரும் அந்தக் கொடுங்கல்லூர்காரனுக்காகத் தேவையில்லாமக் காத்திருக்கிறோம் இல்லையா?''

''வருவாங்க, வருவாங்க. வரட்டும். காலைலதான அடக்கம்''

எதிர்பார்க்காமல் இருந்த தருணத்தில்தான் உண்ணி சொன்னான்.

''எல்லாரும் வரும்வரை காத்திருப்பதானால், யாராவது சிலோனுக்குத் தந்தி அடிச்சீங்களா? யாரும் வரல்லன்னாகூடப் பரவாயில்ல, தகவலாவது தெரிவிச்சீங்களா?''

குட்டேட்டன் அதைக் காதில் வாங்காதவராய் ஜன்னலின் சதுர அழிகளின் வழி வெளியே பார்த்தபடி இருந்தார்.

அப்பு சாப்பிடுவதில் மும்முரமாயிருந்தான். அவன் என்னைப் பார்க்கிறான் என்று தெரியும். அவனுடைய கண்களை நேராக பார்க்காமலிருக்க நான் முன்பு வேண்டாமென்று சொன்னாலும், காகிதச் சுருளிலிருந்து ஒரு பழமெடுத்துத் தின்பதுபோல பாவித்தேன்.

தேவுதான் பதில் சொன்னாள்.

''அதெல்லாம் முடிஞ்ச கதைதானே? ஆளே போயிட்டார். இனி ஒண்ணும் வேணாம். இருக்கும்போது பெரியவர்ன்னு எவ்ளோ கம்பீரமா இருந்தார். அதன் மதிப்பே வேற. போதும் எல்லாம்...''

மூத்த அண்ணியான தேவுவுக்கு இந்த வீட்டில் அம்மாவுடைய ஸ்தானமிருக்கிறது. ஏறக்குறைய அம்மாவின் குரலில்தான் இப்போது பேசுகிறாள்.

உண்ணியின் அடுத்த கேள்வி கொஞ்சம் கடுமையாகவே இருந்தது. அது எங்களை நோக்கியது.

''நமக்கு இந்த வீட்டில ஏதாவது பாத்யதையிருக்கா?''

அப்போது தேவுவும் ஹேமாவும் சேர்ந்து படபடப்பானது அப்பட்டமாகத் தெரிந்தது.

''மருமகள்களுக்கோ, பிள்ளைகளுக்கோ உரிமை என்றெல்லாம் பேச்சு இருக்கே. சொத்தில எனக்கு ஆர்வமில்ல. அப்படிப் பிரிக்கிறதாயிருந்தா எனக்கு அப்பாவின் அறை வேண்டும். எனக்கு அந்த ஊஞ்சல் ரொம்பப் பிடிக்கும்''

தேவு எப்போதும் நிதர்சனத்தில் வாழ்பவள்.

''அது போதுமா? அதுக்கென்னா? எப்போது இருந்தாலும் அது உண்ணியின் அறை என்று சொல்லி வச்சாப் போதுமே. இல்லன்னா சொந்த வீட்டில் நல்ல ஒரு ஊஞ்சல் செய்துக்கோங்க. வசதிக்கு ஒண்ணும் கொறயில்லயே? இதெல்லாம் வேண்டாம்ன்னு சொல்லி நீங்கதானே ஒதுங்கிப் போறீங்க''

‘‘இல்ல அண்ணி. அந்த அறைதான் வேணும். படுத்தா ஜன்னல் தொடணும். கீழே வாசல்ல நின்னா, பக்கத்துக் குடியிருப்புக்காரன் இரவில் இருமினாக் கேக்கணும். கீழே கயிறிட்டு இழுத்துத் தூக்கினா பாட்டில் மேலே வரணும்’’

குட்டேட்டனின் முகத்தைப் பார்த்தபோது அவன் சட்டெனு நிறுத்தினான். பிறகு கண்மூடி மெல்ல தனக்குத்தானே சிரிக்க ஆரம்பித்தான்.

அது இறுதி நாட்களின் கதை. அதெல்லாம் உண்ணிக்கு எப்படித் தெரியும்? சிலோனிலிருந்து ஒவ்வொரு வருடமும் வந்து கொண்டிருந்த நாட்களில் அலமாரி காலியாகும்போது காரியஸ்தன் திருச்சூரிலிருந்து பாட்டில்கள் வாங்கி வருவார். ஊரில் வந்து மொத்தமாகத் தங்கிய நாட்களில்கூட அது நீண்டது. குடியிருப்புகளிலிருந்து தனக்கு ஒன்றும் கிடைக்காமல் போன நாட்களில் அவர்களை காலி செய்யச்சொல்லி அப்பா பயமுறுத்துவார். அப்போது கள்ளு பாட்டில்கள் வரத் தொடங்கின. பிறகு தேங்காய் திருடு போவதைப் பற்றி கவலையில்லை அவருக்கு. முற்றத்திலிருந்து பாட்டிலை வாங்கி மச்சுக்குக் கொண்டுபோவதை யாரும் பார்க்கக் கூடாது. அதற்குத்தான் அந்த நீண்ட கயிறைக் கீழேயே தொங்கவிட்டிருந்தார்.

அந்த வித்தையைக் கண்டுபிடித்தது அப்பாவா? இல்லை கள்ளச்சாராயம் காய்ச்சுபவனா?

‘‘கீழ நம்மள எல்லோரும் விசாரிப்பாங்க. வாங்க போலாம்’’

குட்டேட்டன் ஞாபகப்படுத்தினார். மரணம் நிகழ்ந்த வீட்டிலிருக்கிறோம் என்பதை அவருடைய வார்த்தைகள் நினைவூட்டின.

தேவுவும், அப்போதுதான் சத்தமெழுப்பாமல் மாடியேறி வந்த ஹேமாவும் சேர்ந்து டம்ளர்களையும் பழத்தோல்களையும் குப்பைகளோடு சேர்த்து எடுத்துப் போனார்கள்.

உண்ணி அப்போதும்கூட கறுப்பு ஜமுக்காளம் விரித்து கட்டிலில் படுத்திருந்தான்.

"கீழ வரலயா?"

"வரேன். ராஜேட்டா ஒரு சிகரெட் தா. எனக்கு இந்த நாடகம் புடிக்கல"

அவன் சிகரெட்டுக்கு நெருப்புப் பொருத்தினான். அறையில் ஆகயிருந்த கை உடைந்த ஒரேயொரு சாய்வு நாற்காலியில் இடம் மாறி உட்கார்ந்தான்.

கஜகேசரி யோகம். அதி உன்னதங்களுக்குப் போய் சேரும் எல்லா யோகங்களும் இவனுக்கிருக்கிறது என்று அம்மா நம்பியிருந்தாள். இவன் பெரியவனானால் நல்லகாலம் பிறக்குமென்று வீட்டிற்கு வருபவர்களிடமும் பார்ப்பவர்களிடமுமெல்லாம் சொன்னாள். அம்மா உயிரோடு இல்லாமல் போனது பாக்யம்.

இவனுக்கு என்ன நேர்ந்தது?

5

சிகரெட் புகைந்து பாதியானபோது வயிறு புரட்டுவது போலத் தோன்றியது. சுவரில் குத்தி அணைத்து அறையின் மூலைக்கு எறிந்தேன். வெள்ளை அடித்த சுவரில் கரியின் அடையாளம் மீதமிருந்தது.

எத்தனை வருடங்களுக்குப் பிறகு இந்த அறையில் வந்து உட்காருகிறேன். வீட்டை இடித்து மாற்றிக் கட்டிய நாள் முதலாய் இந்த அறை தேவு அண்ணியுடையது.

ஏழு வருடங்கள் முடிந்திருக்கிறது. மூன்று வாரங்கள் முன்பு இந்த வாசல்வரை வந்தேன். வீட்டிற்குள் வரவில்லை. பெரிய காரை முன்னாலும் பின்னாலும் திருப்பச் சிரமப்பட்ட டிரைவர், பத்துப் பதினைந்து நிமிடங்கள்வரை எடுத்துக் கொண்டார்.

ஏழு வருடங்களுக்கு முன் ஒரு காலையில் வீட்டைவிட்டுப் போனவன்தான் நான். படிப்பு முடித்து நிறைய நாட்கள் வேலை தேடித் திரிந்து, கடைசியில் ஆசிரியராய் வேலை கிடைத்தது. கொஞ்ச நாளைக்குத்தான். பள்ளிகளில் தோல்வியுற்ற பிள்ளைகளுக்குச் சொல்லிக் கொடுக்கும் டுடோரியல் கல்லூரி அது. கற்றுக் கொடுப்பவர்கள் பேராசிரியர்கள். வேலையில்லாதவர்கள் இங்கு

வந்து சேர்ந்ததும் பேராசிரியர்களானார்கள். தங்கும் வசதியுடன் அறுபது ரூபாய் சம்பளம். உண்ணிக்கு முன்பு கேட்ட நகைச்சுவை இப்போது ஞாபகம் வந்து சிரிப்பு வந்தது.

''ஹலோ, ஹவ் ஆர் யூ?''

''ஹலோ! மே ஐ நோ வாட் யூ ஆர்?''

''ப்ரஃஃபஸர் உண்ணி மாதவன் நாயர்!''

சின்ன வயலட் நிறக் கட்டமிட்ட ஒரு நல்ல சட்டையும் கரும்பச்சை நிறத்திலொரு பேண்ட்டுமிருக்கிறது அவனிடம். அதை அணியும் நாளில் பெண்கள் மத்தியிலிருந்து இவனை ஆராதிக்கும் பார்வைகள் வரும். புது பேராசிரியர். பேசும்போது வார்த்தைகளால் மாயாஜாலம் காண்பிக்கும் மனிதர். முதல்முதலாக ஒரு நேர்காணலுக்கும் போவதற்காகத் தைத்த உடை அது. விலை குறைந்த துணியாதலால் துவைத்ததும் சுருங்கிப் போனது. சட்டையும் சாயம் போனது.

பேராசிரியர் உண்ணி மாதவன் நாயர் இரவில் மூடிய வகுப்பறையொன்றில் இரண்டு பெஞ்ச்சை சேர்த்துப் போட்டுப் படுத்துவிடுவார். காலையில் ஐந்தரைக்கு எழுந்து போர்வையையும் தலையணையையும் மடித்து வைத்து பெஞ்சைப் பிரித்துப் போடுவார். தரையில் சிதறியிருக்கும் பீடித்துண்டுகளையும் வத்திக்குச்சிகளையும் பொறுக்கி வெளியே போட்டுவிடுவார். பிறகு அறையின் மூலையில் போர்வையையும் தலையணையையும் ஒளித்துவைத்து மரியாதைக்குரிய மனிதனாக வேஷம்போடத் தயாராகி வெளியே குளியலறைக்குப் புறப்படுவார்.

அன்று அறிமுகமான சுப்புலக்ஷ்மியைப் பற்றிச் சட்டென இப்போது ஞாபகம் வருகிறது. அவள் எங்கேயிருப்பாள் இப்போது? கிராமத்தின் நான்குமூலைச் சந்திப்பிற்கு முன்னால் பஞ்சாயத்தின் விளக்கைத் தாங்கியிருக்கும் கால்களுள்ள சின்ன முற்றம். கறுத்த கல்பதித்த முற்றத்தில் அரிசிமாவுக் கோலமிட்டிருப்பார்கள். வாசல்படியிலும்,

கீழே துவைக்கும் கல்லிலும் தமிழ் - மலையாளம் பேசும் பெண் பிள்ளைகளுடன் சுப்புலக்ஷ்மியும் இருப்பாள். அடர் நிறத்திலுள்ள பாவாடையும் தாவணியும் உடுத்தியிருப்பாள். தலையில் எப்போதும் சாமந்திப்பூ வைத்திருப்பாள்.

கொஞ்ச நாட்களுக்குப் பிறகு இன்னொரு மாஸ்டரின் தயவில் அவருடைய லாட்ஜ் அறைக்குத் தங்குமிடத்தை மாற்றியபோது காலையில் ஆறரைக்குப் புறப்பட்டால் சரியாக சுப்புலக்ஷ்மி புறப்படும் நேரத்திற்கு அந்த நான்குமூலைச் சந்திப்பை அடைந்துவிடலாம் என்று கண்டுபிடித்தேன். அதில் பெரிதான காரணமொன்றுமில்லை. அவள் நடந்துவரும் தூரத்தைக் கணக்கிடுவதிலிருக்கும் ஒரு சுவாரஸ்யம்தான். பதிலாக ஒரு பார்வை மட்டும்தான் கிடைக்கும். அதற்காக தினமும் ஷேவ்செய்து சுத்தமாய்ப் போட்டுக் கொள்ள ஒரு ஷர்ட்டும் பாண்டும் கூட இருந்தால் நன்றாக இருக்குமே என்று ஆசைப்பட்டேன். அரையணாவாவது கையில் வைத்துக்கொள்ள நினைப்பேன். கிராமத்துக்குப் போகும்போது ஒரு கடையில் நின்று சிகரெட் வாங்குவேன். கடையில் கட்டித் தொங்க விட்டிருக்கும் தேங்காய் நார்க்கயிறின் நுனிக் கங்கை ஊதிப் பற்றவைக்க வேண்டும். பிறகு சர்வ அலட்சியமாய் இந்த உலகமே நம் காலடியில்தான் என்ற தோரணையில் சிகரெட்டின் மணம் பரப்பியபடியே அவளையும் கடந்து போவேன்.

சில நேரங்களில் எவ்வளவு சரியாகத் திட்டமிட்டு, கடைக்கு முன்னால் நின்று சாகசங்கள் நிகழ்த்தினாலும் அந்தக் கூட்டத்தைப் பார்க்க முடியாது. மெதுவாக... முடிந்து போகக்கூடாது... கடவுளே! இழுத்துப் புகைக்க மாட்டேன். மெதுவாக... மிக மெதுவாக... வேறு வழியில்லாமல் கடைசிப் புகையையும் இழுத்து, கையைச் சுட்டுக்கொண்டு, அதை தூர எறியும் போதான துர்பாக்கிய நிமிடங்களில்தான் அவள் எழுந்தருளுவாள்.

ஒரு குடும்பஸ்தனாக, மரியாதைக்குரியவனாக மாறினால் என்றாவது ஒருநாள் சுப்புலக்ஷ்மியின் குடும்பத்தை அறிமுகப்படுத்திக்

கொள்ள வேண்டுமென்று நினைத்திருந்தேன். கணவனை அறிமுகப்படுத்திக் கொண்டால் இந்த சிகரெட்டின் கதையைச் சொல்ல வேண்டும். இனிமையற்ற நிமிடங்களாய் மாறிப்போகாத ஒரு பழங்கதை அது.

அவ்வப்போது இங்கே வருவது ''கொச்சுகுட்டியை'' பார்ப்பதற்காகத்தான். ஏதாவது காரணம் வைத்து நான் இங்கே இருக்கும்போது அவள் பகல் முழுவதும் வீட்டிற்கு உள்ளேயும் வெளியிலுமாகச் சுற்றிச்சுற்றி வருவாள். மேலே இருக்கும்போது சமையலறையிலிருந்து பேசுவதையெல்லாம் கேட்க முடியும். ஆனால் அவளுடைய குரல் ஒருபோதும் தனித்துக் கேட்டதேயில்லை.

''கொச்சுகுட்டி. இதை மேலே போய் உண்ணிகிட்ட குடுத்திட்டு வா''

அந்த நிமிடத்திற்காகத்தான் மச்சுவீட்டின் மேலே படிப்பதாய் பாவனை செய்துக் காத்திருப்பேன். கையில் பிடித்திருக்கும் புத்தகம் நான் என்றோ படித்து முடித்ததாக இருக்கும்.

நடுங்கும் உடலைச் சேர்த்தணைத்து நிற்கும்போது மேலே யாராவது வருகிறார்களா என்பதையும் உன்னிப்பாகக் கவனிப்பேன். யாராவது வருகிறார்களோ? அழுத்தி முத்தமிடக்கூட பயம் அனுமதிக்காத அந்த நிமிடங்களை நினைத்துப் பார்த்து, பிறகு கடிதங்களில் அவளுக்கு ஆயிரமாயிரம் முத்தங்களாய் அனுப்பினேன்.

அவள் வீட்டிற்குப் போவது சரியில்லை. யாரும் என்னைக் கூப்பிடவுமில்லை. பெரியவரோட இளைய மகனான நான் அப்படி யார் வீட்டுக்கும் சுலபமாய்ப் போய்விட முடியாது. கொச்சுகுட்டிக்குக் கல்யாணப் பேச்சு நடக்கிறதென்பதை அறிந்தேன். கடுமையான துக்கம் மனதை நிறைத்தது. ''அழுவதற்காய் பிறந்த ஒரு காதலன்'' மாதிரியான வரிகள் ஏதோ ஒரு கவிஞன் எழுதியதை எப்போதோ படித்தது தன்னைப் போலுள்ள இளைஞர்களுக்காகத்தான் என்றும் தோன்றியது. ''நான் இவளைக் காதலிக்கிறேன். இவள் எனக்கானவள்'' என்று முன்பு

படித்த சில கதைகளில் தெளிவாய்ச் சொல்லும் சில நாயகர்கள் இருந்தார்கள். அன்று மிக வெற்றிகரமாய் நடந்த சில நாடகங்களிலும் அப்படி சிலர் இருந்தார்கள். அறுபது ரூபாய் மட்டும் சம்பளம் வாங்கும் ஒரு டுடோரியல் கல்லூரிப் பேராசிரியரின் தைரியம் கனவுகளாக மட்டுமே உள்ளடங்கிப் போனது.

எதனால் அவள் கல்யாண ஏற்பாடுகளுக்கு மறுக்கிறாள்? உண்ணியும் கொச்சுகுட்டியும் நெருக்கமாக இருக்கிறார்கள் என யாரோ இந்தக் கேள்விக்கு உடனே பதிலையும் கண்டடைகிறார்கள்.

அப்பா மச்சுவீட்டின் மேலே வெளியே சாய்வு நாற்காலியிலும் உள்ளே கட்டிலிலுமாக மாறி மாறி உட்கார்ந்தார். அவ்வப்போது கயிற்று முனையில் கட்டிய பாட்டில்கள் மேலேறின. நல்ல போதையேறியபோது பரிதாபமான மனநிலையில் அவர் சொன்னார்.

''அவ போனதோட என்னோட எல்லாமே போயிடுச்சு''

அம்மாவோடு பேசாமலிருந்த கடைசி வருடங்களைப் பற்றி தெரிந்தவர்கள்கூட ஏதும் எதிர்த்துப் பேசவில்லை.

''இனி நீங்களாச்சு. உங்க பாடாச்சு''

உண்ணி மௌனமாய் நிற்பான். ஒன்றும் பேச மாட்டான். அப்பாவைப் பார்க்க என சாக்கு சொல்லித்தான் எப்போதாவது அவன் இங்கே வந்து போகிறான்.

''என்னை மறந்திடுவீங்களா?''

பெரிய மாயாஜாலங்களைத் திறந்து வைத்துக் காத்திருக்கும் அந்த வரிகளுக்கு எத்தனை சீக்கிரம் ஒரு அர்த்தமுமில்லாமல் போகிறது!

''என்னை மறந்திடுவீங்களா?''

அரைமணிநேர அவகாசத்தில் ஆயிரமாயிரம் முகம் தெரியாத வேசிகளைக் கூடிப் பிரியும் கணத்தில் காலங்காலமாக அவர்களிடமிருந்து கேட்கப்பட்ட கேள்வி. இப்போது அந்த

வார்த்தைகளுக்கு ஒரு அர்த்தமுமில்லை. ஆனால் முதலில் கேட்டபோது..? கரைந்து கரைந்து காணாமல் போய்விட்டேன் என்றுதான் சொல்லவேண்டும்.

ஒரு நிஜம் மட்டும் ஞாபகத்தில் தங்கியது. அன்று என் ஆன்மாவின் அடர்சிவப்பு நிறப் பூக்களுக்கு அக்னி ஜ்வாலையைவிட உஷ்ணமிருந்தது.

''என்னை மறந்திடுவீங்களா?''

பதில் சொல்ல வார்த்தைகளற்ற நிமிடங்கள் அவை.

''நான் இன்னைக்கி போகல. அக்கம்மா போக வேண்டாம்னு சொன்னாங்க''

மச்சின் மூலையில் என் அறையின் கீழாக எங்கேயோதான் அவள் இரவில் தூங்குவாள்.

நடுவில் படுக்கை விரிக்க அவளைக் கூப்பிடலாமா? இல்லையெனில் மாலையில் அறையில் விளக்கேற்றக் கூப்பிடலாமா?

''நான் இரவில் வருவேன்''

''அப்படி வரக்கூடாது, வரவே கூடாது. நான் சொல்றதைக் கேளுங்க''

தன்னையே நம்ப சிரமப்பட்ட நிமிடங்கள். கூடாது. விரிந்துயரும் பலமில்லாத சங்கிலிகளை உடைத்தெறியும் நிமிடங்களைப் பார்ந்து பயந்தபடி, சத்தமில்லாமல் மூடிய உதடுகளுக்குள் முணுமுணுக்க அவசியமேற்படாமல் சொன்னாள்.

''வரக்கூடாது''

''என்னை மறந்திடுவீங்களா?''

வார்த்தைகளின் தூய்மையை எதனால் காலம் மாசுபடுத்துகிறது?

இருண்ட காற்றில் வீசப்பட்ட கூரைகளின் மறைவில் பணத்தை எண்ணித் தீர்க்கும் நிமிடத்திற்காய், ரத்தினங்கள் போல காப்பாற்ற வேண்டிய வார்த்தைகளைத் தூக்கி எறிந்தது யார்?

தவறாய்ப் புரிந்துகொண்ட ஒரு மேகக் கீற்று, நகர்ந்தபடி உதிர்ந்து விழுந்த ஒரு துண்டு நிலா, தும்பைப் பூக்கள் மலர்ந்திருக்கும் குன்று, ஓடி விளையாடிய மணல் திட்டு, ஆற்றுப்படுகை நீர் நனைத்த தாழ்வாரம். கூடாது, நான் சொல்வதைக் கேள்.

அந்த வருடங்களின் நினைவுகள் அங்கெங்கோதான் இருக்கும் என்ற நினைவுடன் மங்கிய சுவரிலும், காவி நிறத்திலுள்ள நிலத்திலும் பார்த்தபடியிருந்தேன். அவளுக்குக் கெட்ட பெயர் தன்னால் ஏற்பட்டுவிட்டது என்று தெரிந்தபிறகு அப்பாவைப் பார்க்கவரும் பயணங்கள் அரிதாகிப்போனது. ஆனாலும் வரும்போதெல்லாம் அவளுடைய தங்கை எதிர்பாராதவிதமாகக் கண்ணில் படுவாள். சுற்றிச்சுற்றி வருவாள். தனியாக இருக்கும் நேரம் பார்த்துத் தகவல் தருவாள். பதில் வாங்கப் பிறிதொரு நாள் வருவாள்.

ஒவ்வொரு பயணத்திலும் அப்பாவின் சரீரம் மெலிந்து போவதை நான் மனதால் உணர்ந்தேன். தோள் எலும்புகள் கீழிறங்கின. சலவை செய்த டபிள் வேட்டிக்குப் பதில் துவைத்து நிறம் மங்கிப்போன ஒற்றைவேட்டி கட்ட ஆரம்பித்தார். தோளில் அங்கவஸ்திரத்துக்குப் பதில் துண்டு.

மேலே வராந்தாவில் ஒரு அதிகாரியுடன் உரையாடலும் விருந்தும் நடந்து கொண்டிருந்தபோது நான் போய்ச் சேர்ந்தேன். பழையகாலப் பேச்சு. காலை பத்து மணிக்கு ஆரம்பித்ததாம், ஊர்க்காரர்களில் பலரும் இதைக் கேட்டு முடித்திருந்தார்கள். பிராந்தி பாட்டில்களுக்கு பதில் தென்னங்கள்ளு வந்தபோது ஆட்கள் மாறியிருந்தார்கள். மறுபடியும் கேட்க சலிப்பேற்பட்டதால் இருக்கலாம், புதிய ஆட்களும் வராமல் போனார்கள். எப்படியோ நல்ல வேளையாக இன்று அந்த அதிகாரி கிடைத்திருக்கலாம்.

காலையில் குளித்து முடித்து வந்து உட்கார்ந்தவுடன் பாட்டில் திறக்கப்படும். பத்து மணிக்குள் குடியிருப்புகளுக்குள்ளாக ஒரு பயணம். திரும்பி வந்தவுடன் மீண்டும் அலமாரி திறக்கும் சத்தத்தைக் கேட்கலாம். சாப்பாட்டிற்கு முன்பு கொஞ்சம். பிறகு தூக்கம். மாலையில் உடம்புக்குக் குளித்துவிட்டு வருவதற்குள் கூவள மரத்தடியினருகே ஒரு நிழல் பதுங்கி நிற்பதைப் பார்க்கலாம்.

மாலை நிறையும்போதுதான் மோன நிலையை அடைந்து, சும்மா ஏதோவொரு பாட்டிற்குத் தாளம் பிடிப்பது போலத் தொடையில் அடித்தபடி அமர்ந்திருப்பார்.

அதிகாரியை அன்று வீட்டிற்குச் சாப்பிடக் கூப்பிட்டார். இப்போது அப்பாவின் உடல் கிடக்கும் வடக்கு அறையில் ஆறு இலைகள் போடப்பட்டிருந்தன. பிள்ளைகள் நான்கு பேரையும் அந்த அதிகாரிக்குத் தெரியும். ஆனாலும் அப்பா மீண்டுமொருமுறை அறிமுகப்படுத்தினார்.

"உங்களுக்குத் தெரியாது. இவன் என் மூத்த மகன்"

"தெரியும்"

"பி.ஏ., பி.டி.,"

"தெரியும். நல்லாத் தெரியும்"

"சீக்கிரமே ஹெட் மாஸ்டராவான். அடுத்தவன் ராஜன். ஒரு பெரிய கம்பெனியிலிருக்கிறான். அப்புவைத் தெரியுமா?"

"ம்... அப்பு கல்யாணத்துக்கு நான் வந்திருந்தேனே?"

"அவன் சென்ட்ரல் சர்வீஸிலிருக்கிறான்"

"ம்..."

"எனக்கு சம்பாத்யம் ஒண்ணுமில்ல. பசங்கள நல்லாப் படிக்க வச்சேன்" லேசானதொரு பயத்துடன்தான் அதிகாரி எல்லாவற்றையும் கேட்டுக்கொண்டார்.

‘‘எழுத்துகளுக்குத்தான் என்னவொரு சக்தி? இவனையும் படிக்க வெச்சேன். கடைசியாப் பிறந்தவன். செல்லப் பிள்ளை. அவன் என்ன செய்கிறான் என்று அவனுக்கே தெரியாது. நல்லா வரணும்னு ஆசையில்லை. அப்படியும் இருக்காங்களே சிலர். இவனப் படிக்கவைக்க செலவு பண்ண காச வச்சு, ரெண்டு ஏக்கர் நிலம் வாங்கியிருந்தாக் கூட இப்போ பயன்பட்டிருக்கும்’’

‘‘எல்லாம் சரியாகும். எல்லாத்துக்கும் ஒரு நேரமிருக்கே’’

அந்த அதிகாரி ஆறுதல் சொன்னார்.

அந்த உரையாடல் இன்று நிகழ்ந்திருந்தால் சிரித்தபடி கேட்டுக் கொண்டிருந்திருக்கலாம். ஆனால் அன்று சகிக்க முடியவில்லை. வெளிறிப் போனேன். தொண்டையில் முள் சிக்கியது போல இருந்தது.

‘‘நாலு வருடங்கள் வெளி நாட்டுக்குப் போனான். படிக்க வைக்கக் கொஞ்சமா செலவானது? அவ்ளோ செலவு பண்ணியும் சம்பாதிச்சு பொக்கிஷத்தையா சேர்த்து வச்சான்? முடியல. நாடகத்திலும் கதைகளிலும் இவன் வீரதீரமான கதாநாயகன் வேற’’

மெல்ல கை உதறி எழுந்தேன். எல்லோரும் கவனித்திருக்கலாம். துக்கத்தை வெளியே காட்டக்கூடாது. துக்கமில்லை. ரோஷமில்லை. வேறு ஏதோ ஒன்று தொண்டைக்குள் சிக்கித் தவித்தது. வெளியே காட்டக் கூடாது.

சட்டெனக் கைகழுவிவிட்டு மேலே போனேன். சிறிது நேரத்தில் படுக்க வேண்டும் போலத் தோன்றியது. களைப்பு. ஏதேதோ கட்டுகள் உள்ளுக்குள் முறிந்து வீழ்ந்த அனுபவம்.

‘‘உண்ணி படுத்திருக்கியா?’’

திரும்பிப் பார்த்தபோது தேவு அண்ணி நின்றிருந்தாள்.

‘‘அப்பா குணம் உனக்குத் தெரியாததா? இன்னைக்கி மருந்து கொஞ்சம் கூடிப்போச்சு, நாசமாப் போன அந்த ஆபீசரும் ஒண்ணாச் சேந்தாரு. எப்படியோ போட்டும் வா, வந்து சாப்பிடு’’

''எனக்கு வேணாம்''

மேலும் வற்புறுத்தல் கூடியபோது, ''தொந்தரவு பண்ணாமப் போங்க'' என்று கத்தினேன்.

அத்தைகள் வந்து கேட்டபோதும், நான் படுக்கையை விட்டு எழுந்திருக்கவில்லை.

சிந்தனைகளுக்கு ஒன்றும் அர்த்தமில்லை. வெயில் மங்கிய போதுகளில் டீ குடிக்கக் கூப்பிடுவார்கள். மாலையில் மைக்செட் பாட்டு பக்கத்து மைதானத்திலிருந்து கேட்டால் அப்பா தாளம் பிடிக்க ஆரம்பிப்பார். மீண்டும் வடக்கு அறையில் சாப்பாட்டு நேரத்தின் கேலிச்சித்திரமாவேன் நான்.

எழுந்து சட்டையும் வேட்டியும் மாற்றினேன். தலைவார சீப்பைக் காணோம். அண்ணன் தங்கியிருக்கும் அறையில்தான் கண்ணாடியும் சீப்புமிருக்கிறது. கையாலேயே தலையை ஒதுக்கினேன். அப்பாடி! எனக்கொன்றும் ஆகவில்லை. நான் சிறுவனைப் போல நடந்துகொள்ள முடியாது. நான் பெரியவன், ஆண் மகன்.

இறங்கி நடந்தேன்.

''நீ எங்கப் போறே?''

''எங்கயுமில்ல''

''இந்த வெயில்ல...''

''பரவாயில்லை. எனக்குக் காலைலயே க்ளாஸ் இருக்கு''

அப்புயேட்டன் ஹேமாவைக் கூப்பிட்டார். ஹேமா தேவு அண்ணியைக் கூப்பிட்டார்.

''என்ன செய்யற நீ?''

''சும்மா அமக்களம் பண்ணாதீங்க'' என்று மட்டும் சொல்லிவிட்டு வாசல்படி இறங்கினேன். போயிட்டு வரேன் என்று யாரிடமும் சொல்ல

வேண்டிய அவசியமில்லை. சாதாரணமான வரவு. சாதாரணமான போக்கு.

'செறுவத்தாணி' வழியாக 'குன்னங்குளத்திற்கு' வந்தபோது மனதில் மிகவும் துக்கமிருந்தது. இரண்டு ரூபாய்கூட முழுசாகக் கையில் இல்லை. பஸ் டிக்கெட்டுக்கு இரண்டு ரூபாய் தேவை. தேவு அண்ணியிடம் கேட்டு ஐந்து ரூபாய் வாங்கி வரவேண்டும் என்று நினைத்திருந்தேன்.

பஸ் ஸ்டேண்டில் எந்த உதவியுமில்லாமல் நிற்கும்போது வீரபுருஷர்களுடைய கதைகளைப் பற்றி யோசித்தேன். முட்டாள்தனம், சுத்த முட்டாள்தனம். அறிமுகமான ஒருவரையும் பார்க்க முடியவில்லை. தேவ தூதனாக யாராவது வருவார்கள் என்பதெல்லாம் பால்யங்களில் வரும் கதைகளில் மட்டும்தான் நடக்கும். இசை மாதிரியிருக்கும் 'குன்னங்குளத்தின்' மொழியும் பார்க்குமிடத்திலெல்லாம் வெற்றிலைச்சாறு துப்பிக் கிடக்கும் சுத்தமில்லாத பேருந்து நிலையமும் சகிக்கவில்லை.

லுங்கி கட்டி, கிருதாவும், கொம்பு மீசையுமாய் ஒரு மனிதன் என்னருகே வந்தான். பஸ்ஸிற்கு ஆளைக் கூவி அழைக்கும் ஒரு புரோக்கர் அவன்.

''சார் எங்கப் போறீங்க?''

நாற்பது மைல்களுக்கப்பால் நான் பேராசிரியப் பணி செய்யும் அந்த நகரத்தின் பேர் சொன்னேன். பஸ் ஐந்தரைக்குத்தான்.

''அப்பாவை இப்பப் பாக்க முடியலயே?''

''வீட்டிலிருக்கார்''

யாரோ அவரைக் கூப்பிட்டார்கள். ''புரோக்கர் அண்ணா 'காட்டாம்பால'க்கு ஒரு கார் இருக்கிறது. நாலு பேர் வரலாம்''

'அண்ணா' சத்தம் வராமலிருக்க முயன்றேன். நான் வரும்போது

பர்ஸ் எடுக்க மறந்துட்டேன். எனக்கு... இல்ல... ப்ரச்சனை ஏதுமில்லை. எனக்கு ரெண்டு ரூபா வேணும்.

"அதுக்கென்னா?" உங்களத் தெரியாதா? நான்தானே திருச்சூரிலிருந்து அப்பாவுக்கு போட்ல கொண்டுவந்து சரக்கு கொடுத்திட்டிருந்தேன்"

வேட்டி மடிப்பிலிருந்து பர்ஸ் எடுத்து எண்ணும்போது கேட்டார்.

"ரெண்டு போதுமா?"

"ம் போதும், சரியாச் சொன்னா பன்னண்டு அணா போதும். பன்னண்டு அணாவா எப்படி கேக்கறதுன்னுதான்..?"

பஸ்ஸில் சீட் கிடைத்து உட்காரும்போது ஆசுவாசமாக இருந்தது.

இங்கே உதவிக்கு வந்தது அப்பாவுக்கு எப்போதும் பாட்டில் வாங்கித் தரும் பழக்கமுள்ள புரோக்கர் அண்ணன்தான்.

இல்லை, என்னால் எப்போதும் கதாநாயகனாக முடியாது.

உண்ணியின் மனம் நிராசையில் நிலைத்தது.

6

ஊர் பிரமுகர்கள் போனபிறகு நாற்காலிகள் காலியாக இருந்தன. அப்பு இரண்டு நாற்காலிகளைச் சேர்த்துப்போட்டு செளகரியமாக உட்கார்ந்து கால்களை பெஞ்சின் மேல் நீட்டி, சாய்ந்து உட்கார்ந்தான். சாத்துக்குட்டி மாமா தோட்டத்திற்கெல்லாம் போய் திரும்பிவந்து அனுமானித்து மரம் வெட்ட ஓரிடத்தைத் தீர்மானித்தார்.

ஆச்சாரி வீட்டுக்குப் பக்கத்திலிருக்கும் மாமரத்தை வெட்டலாமென்று தோன்றுகிறது.

முற்றத்திற்கு வந்து நின்ற ஹேமாவின் பாவனையைப் பார்த்தால் ஏதோ சொல்ல வருகிறாள் என்றே தோன்றுகிறது. அப்பு அங்கிருந்து எழுந்திருக்கவில்லை என்பதைப் பார்த்துதான் அவள் இறங்கி வந்தாள்.

''அம்மா கூப்பிடறாங்க''

''என்ன விஷயம்?''

எதற்கென்று அவளுக்குத் தெரியும். ஆனாலும், ''எனக்குத் தெரியாது'' என்று சொன்னாள்.

''வரேன்''

மாட்டுத் தொழுவத்தினருகில் மாமரம் வெட்ட ஆட்கள் வந்துவிட்டார்கள்.

"பெட்ரோமாக்ஸ் விளக்கு சொன்னது இன்னும் வரலியே" சாத்துக்குட்டி மாமா ஆட்களை ஏவியபடியே நடந்து போனார்.

"ஏண்டா, ஹாஜியாரின் கடையிலருந்து ரெண்டு விளக்கு கொண்டுவரச் சொல்லு"

குத்துவிளக்கு ஏற்றவில்லை. கூவள மரத்தடியிலும் இன்னும் விளக்கேற்றவில்லை

ஹேமாவின் அம்மா திண்ணையில் ஒரு ராந்தல் கொண்டுவந்து வைத்தார்கள்.

"அப்பு கொஞ்சம் இப்படி வாங்க"

மனைவியின் அம்மா என்பதைவிட அப்பாவின் சகோதரி என்ற ஸ்தானமும் இருக்கிறது. அதனால் சட்டென எழுந்தேன்.

இன்னும் இருள் பரவவில்லை. அதனால் திண்ணையில் வைத்திருக்கும் ராந்தலின் திரி உள்ளடங்கி நின்றது.

"எந்த மரத்தை வெட்டச் சொன்னீங்க?"

"சாத்துக்குட்டி மாமாதான் ஏதோ சொன்னார். ஆச்சாரியின் வீட்டுப் பக்கத்திலிருப்பதென்று நினைக்கிறேன்"

"ஆமாம். அது நல்லா காய்க்கிற மரம். நிறைய மாம்பிஞ்சு இருக்கு. நமக்குப் பிரிச்சி குடுத்திருக்கும் பாகத்திலதான் இருக்கு அந்த மரம்"

பாகத்தில் என்று பார்த்தால் அது ஹேமாவின் அம்மாவுக்கான பாத்யதை. பத்திரம் ரெஜிஸ்டர் செய்திருக்கிறார்கள். மனைவி வழிக்கு என்னவெல்லாம் சொத்து இருக்கிறது என்பதைத் தெரிந்துகொள்ள அப்பு ஒருபோதும் மெனக்கெட்டதில்லை. ஹேமாவின் அம்மாவிற்குக்

கணக்குகளும் அளவுகளும் எல்லைகளும் நன்றாகத் தெரியும். அதைப்பற்றி ஹேமா விரிவாகப் பேச ஆரம்பித்தபோது அவளைப் பேசாமலிருக்கச் சொன்னேன்.

'இவர்களுடைய வயல்கள்' - இவர்கள் சொல்வதைக் கேட்டால் ஊர் முழுக்க வயலும் வரப்பும் இவர்களுக்கு இருக்கிறதெனத் தோன்றும். கொல்லன் வசிக்கும் பரம்பு, ஆசாரி வசிக்கும் பரம்பு. அந்த நிலம் இந்த நிலம். எல்லாம் சரி, ஆனால் எப்போதும் ரயில்வே ஸ்டேஷன் குவார்ட்டஸில் ரேஷன் அரிசிதான் வாங்குகிறார்கள். தேங்காயையும் கூட காசு கொடுத்துதான் வாங்குகிறார்கள்.

''வெட்ட வேணாம்னு நெனச்சா சாத்துக்குட்டி மாமாகிட்டச் சொல்லுங்க. இல்ல அண்ணன்கிட்டச் சொல்லுங்க''

குட்டேட்டன் வந்து விசாரித்தார்.

''என்ன?''

''அந்த மாமரம் காய்க்கிற மரமாம்''

ராஜேட்டனும் அதை கவனித்தார்.

''எல்லா மரத்திலும் கொஞ்சம் காய்ப்பிருக்கத்தானே செய்யும். பாடியை எரிக்கணும்னா ஏதாவது மரத்தை வெட்டினாத்தான் முடியும்''

குட்டேட்டன் சொன்னார், ''எதையாவது வெட்டட்டும்''

மௌனமாக ஹேமாவின் அம்மா மீண்டும் வராந்தாவில் முடிவு தெரியவேண்டி நின்றுகொண்டிருக்கிறார். அவரைப் பார்க்காதது போன்ற பாவனையில் குட்டேட்டன் இருந்தார்.

எந்த மரத்தை வெட்டினாலும் ஒரு தாய் வழிச் சொத்திற்கு நஷ்டம்தான். அந்த அம்மா நின்று திரும்பிப் போகட்டும். அவர்களிடம் எனக்கு எப்போதும் நெருக்கம் ஏற்பட்டதேயில்லை. வேலை

செய்யுமிடத்தில் உடன்வந்து தங்கியிருந்த போதும்கூட அதிகம் பேசுவதில்லை.

பழைய கதைகளை நினைத்துப் பார்க்கும்போது சில நேரங்களில் பரிதாபமாக இருக்கும்.

உண்ணியின் கதைகளில் எதனால் இந்த அம்மாவைப் பற்றி எழுதவில்லை என்று நான் ஆச்சரியப்பட்டிருக்கிறேன். அவன் குடும்பத்தில் சிலருக்கு மட்டும் தெரியும் உண்மையைக்கூட அப்படியே எழுதியிருக்கிறான். அதனால் பலருக்கும் அவன்மேல் வெறுப்பு இருந்தாலும் அதை வெளிக்காட்டிக் கொண்டதில்லை.

அத்தையின் திருமணம் விசித்திரமானது. அப்புவிற்கு அது நினைவில் இல்லை. ராஜேட்டனுக்கும் குட்டேட்டனுக்கும் நினைவிருக்கலாம். நினைவில் வைத்துக் கொள்ள முடியவில்லையானாலும் சூட்சுமமாக நேற்று பார்த்தது போல உண்ணி சொல்வான். அதைக் கேட்டால், அவன் பிறப்பதற்கு எத்தனையோ வருடத்திற்கு முன்பே இந்தக் கூட்டத்தில் பதுங்கி நின்று எல்லாவற்றையும் பார்த்திருக்கிறான் எனத் தோன்றும்.

சகோதரன் திருமணம் செய்யச் சொன்னார். அத்தைக்குத் திருமணமும் முடிந்து, ஒரு குழந்தையும் பிறந்தது. மூன்றாவது வருட முடிவில் அப்பா சொன்னார். "அம்முக்குட்டி மாதவனை இனி இங்க வரக்கூடாதுன்னு நான் சொல்லியிருக்கேன்"

எதற்கென்று கேட்கவுமில்லை. அழவுமில்லை. மாதவன் மாமா அதன்பிறகு ஒருமுறைதான் வந்தார். மச்சு வீட்டின் திண்ணையில் அந்நியனைப் போல உட்கார்ந்திருந்தார். அப்பு அன்று அங்கிருந்தான். தேவு அண்ணியின் அம்மா ஒரு வெண்கல டம்ளரில் டீயும், இலையில் நனைத்த அவலும் கொண்டுபோய்க் கொடுத்தார்கள். மாமா அரை டம்ளர் டீ குடித்தார். தொடர்ந்து பீடி பற்ற வைத்தார்.

ஓரம் முழுவதும் பூ வேலைப்பாடு செய்திருந்த ஒரு கதர் துண்டு போர்த்தியிருந்தார் மாமா என்பது மட்டும் நினைவிருக்கிறது. அவருடைய கையில் ஸ்ரீ கிருஷ்ணனின் உருவமும், நெற்றியில் கோபியின் வடிவமும் பச்சை குத்தியிருக்கும்.

மாமா வாசலில் விளையாடிக் கொண்டிருந்த என்னைக் கூப்பிட்டார். பக்கத்தில் போனபோது மெதுவாகச் சொன்னார்.

"அப்பு உள்ளேபோய் அத்தையைக் கொஞ்சம் வெளிய வரச் சொல்லு"

விருப்பமில்லாமலேயே உள்ளே போனேன். அடுக்களையின் தாழ்வாரத்தில் ஒரு பக்கமாக பழங்கலத்தில் அத்தை சாய்ந்து உட்கார்ந்திருந்தார். மடியில் குழந்தையாக ஹேமா. அத்தை யாரையும் பார்க்காத பாவனையிலேயே உட்கார்ந்திருந்தார். அவளுடைய வெளுத்துப்போன ஜாக்கெட்டின் முன்புறம் நனைந்திருந்தது.

"மாதவன் மாமா உங்களைக் கூப்பிடறார்"

அத்தை அசையவேயில்லை. முகம் நிமிர்த்தாமல், சத்தமில்லாமல் மூக்கு துடைத்தபடி அவள் பேசினாள்.

"எனக்காகக் காத்திருக்க வேண்டாம்ன்னு சொல்லிடு"

திரும்பப் போய் என்ன சொன்னேனென்று நினைவில்லை. மாதவன் மாமா மீண்டும் ஒரு பீடி பற்ற வைத்தார். ஒன்றும் பேசவில்லை. பிறகு மெதுவாக இறங்கிப் போனார். சந்து திரும்பும்போது வாசல் பக்கம் திரும்பிச் சொன்னார்.

"தாட்சாயிணியம்மா நான் போறேன்"

வேலிப்படப்பைப் பிடித்தபடி மீண்டும் நின்றார்

"எனக்கு என் குழந்தையை ஒருமுறை பாக்கணும்"

அதற்கும் யாரும் பதில் பேசவில்லை. மீண்டும் கொஞ்சநேரம் தயங்கியபடி நின்றார். பிறகு சரசரவென நடந்து போனார்.

அம்மாவின் வழியில் அம்மம்மாவின் சொந்தம்தான் இந்த மாதவன் மாமா. மூன்று பேரில் இளையவர். சின்ன வயதில் ஊரில் போக்கிரித்தனம் அதிகம் செய்தவர். மலை மேல்தான் அவருடைய வீடு என்று நியாபகமிருக்கிறது. அங்கே போக வேண்டிய தேவையில்லை. 'அத்தாணி' முதல் 'கைதத்தோடு' வரை உள்ள ஊர்களில் இடுப்பு மடிப்பில் கத்தி செருகி ஆட்களை நடுங்க வைத்திருந்த முரடன் மம்மாலியை அடித்திருக்கிறார் மாதவன் மாமா என்று சொல்லக் கேட்டிருக்கிறேன். மம்மாலி படகுத்துறையில் வந்து உட்காருவான். கரைக்கு வருவோரும், தோணிக்காரர்களும் வாழைக்குலையையும் மீன் கூடையையும் அந்தக் கரைக்குக் கொண்டு செல்பவர்களும் மம்மாலிக்குதான் கப்பம் கட்டுவார்கள். ஆனால் ஒரு நாளும் அவன் வாயைத் திறந்து கேட்கமாட்டான். படகுத்துறையின் சற்று ஏற்றிக் கட்டிய திண்ணையில் துண்டை விரித்துப்போட்டு உட்காருவான். கத்தியால் முதுகைச் சொறிவான். மாலைவரைகூட எல்லோரையும் ப்ரியமாய் பேரிட்டுதான் கூப்பிடுவான்.

''என்னடா சங்கரா, வியாபாரமெல்லாம் எப்படியிருக்கு?''

வியாபாரம் முடித்து தோள் துண்டை இடுப்பில் கட்டி வருபவர்கள் மம்மாலி முன் நின்று விடுவார்கள். அவன் கேட்காமலேயே பணம் கொடுப்பார்கள்.

செறமப் பெண்கள் புல்லரிந்து கட்டுகட்டி சந்தையில் விற்க வருமிடத்திலும் மம்மாலி போய் நிற்பான். பாசிமணியால் மட்டுமே மார் மறைத்து வரும் செறமப்பெண் குழந்தைகள், அவனுடைய நிழலைப் பார்த்துவிட்டாலே நடுங்கிப் போவார்கள்.

எள் முற்றிய நிலத்தில் நெத்து பறிக்கப்போன ஒரு நாயர் பெண்ணிடம் மம்மாலி ஏதோ பேசினான். பயந்து வீட்டுக்குள்

ஓடிப்போன அவள் வடக்குக் வீட்டுகாரருக்கு ஏதோ ஒரு விதத்தில் தூரத்துச் சொந்தமாக இருந்தாள்.

அம்மா இந்த சம்பவத்தைச் சொல்லக் கேட்டிருக்கிறேன். பெரியவர்கள் அங்காடியில் அதைக் கேட்டார்கள். சிலர் அதைக் காதில் வாங்காத பாவத்தில் நடித்தார்கள். ஒரு பெரியவர் மட்டும் சொன்னார். ''வயது வந்த பெண்களை இனிமே புல்லு அறுக்கவும், சாணி அள்ளவும் வெளியே அனுப்ப வேணாம்''

பன்னிரெண்டு வயதில் ஊரைவிட்டு திருட்டு ரயில் ஏறிப்போன மாதவன் மாமா, திரும்பி வந்தபோது கறிக் கத்தியைப் பழுக்க வைத்து அம்மா தொடையில் சூடு போட்டபோதும் அவர் அழவேயில்லையாம்.

சந்துவின் சாராயக்கடையில் உட்கார்ந்திருக்கும் மாதவன் மாமா இதையெல்லாம் கேட்டார். இறங்கி சந்தையை நோக்கி நடந்தார்.

எதிரில் வருபவர்களிடம் சாதாரணமாகக் கேட்டார்.

''நம்ம கேடி மம்மாலியை எங்கயாவது பாத்தீங்களா?''

அது நல்ல துவக்கம் இல்லையெனக் கடைக்காரர்களுக்குத் தோன்றியது.

''வேணாம் நாயர் சேட்டா. அவன்ட்ட பிரச்சனைக்குப் போகாதீங்க. அவன் எதையும் செய்ய தயங்க மாட்டான்''

அதற்குள் காற்றில் செய்தி பரவ, ஊர்க்காரர்கள் அங்குமிங்குமாய் ஒன்று சேர்ந்தார்கள். மாதவன் மாமா போகும்போது கரையோரத் திண்ணையில் முழங்கை குத்தி உட்கார்ந்திருந்தானாம் மம்மாலி. மாமா பக்கத்தில் போனபோது மம்மாலி எழுந்திருக்கவில்லை, அவரைப் பார்த்துச் சிரித்தானாம்.

''எழுந்திருடா''

அப்போதும் மம்மாலி எழுந்திருக்கவில்லை. மெதுவாக பேனாக் கத்தியெடுத்துத் திறக்காமல் முதுகு சொறிந்தான். பிறகு அப்படியே தூக்கி அடித்தான். கத்தி தெறிக்கவில்லை.

அப்போது மாமாவுக்கு இருபத்திமூணு வயது. இள ரத்தம். ஆட்கள் சுற்றிலும் நின்று வேடிக்கை பார்த்து நிற்க, இரண்டுபேரும் அடித்துக் கொண்டார்கள். கூட்டம் கத்தி படாதபடி நகர்ந்து நின்று வேடிக்கை பார்த்தது. யாரும் குறுக்கிடவில்லை. கடைசியில் கத்தி கையிலிருந்து தெறித்து விழுந்தபோது வடக்கு வீட்டு மாதவன் சிரித்தான். பெரியவர்களின் கதைகளில் மெல்லமெல்லதான் அந்த அடியின் தீவிரம் இடம் பெற்றது. படகுத்துறையிலிருந்து அடிக்கத் தொடங்கியது வேறு ஒரு மூலையில் கொப்பரைக் களத்திற்குப் பக்கத்தில்தான் முடிவுக்கு வந்தது. மம்மாலி கீழே விழுந்தான். மாதவன் எட்டி உதைக்க, காலைத் தூக்கியபோது மம்மாலி சொன்னான்.

''என்னை இதுக்குமேல அவமானப்படுத்தாதே. எனக்கு இப்பதான் உன்னை யார்னு புரியுது''

மாதவன் மிதிக்கவில்லை. கடைத்தெருவில் திரும்பி நடந்தபோது யாரும் பக்கத்தில் வரவில்லை. நேராகக் கள்ளுக் கடைக்குப் போய் கதவருகில் நின்று ஒரு குடுவையை வாய்க்குள் கவிழ்த்து, வாயை அழுந்தத் துடைத்து அப்படியே ஆற்றங்கரைக்கு நடந்தார். கரையோரத் திண்ணையில் உட்கார்ந்து பீடி பற்ற வைத்தார். சுமை தூக்குபவர்கள் தயங்கி நின்றபோது சொன்னார்.

''போங்க போங்க. இனி வரி வசூல் இல்லை''

வடக்கு வீட்டு மாதவன் மீது எல்லோருக்கும் பயம் இருந்தது. ஆனால் மாதவன் மாமா எப்போதும் அம்மாவின் முன்னால் பதுங்கித்தான் நிற்பார். அம்மா எப்போதாவது ஏதாவது உதவிக்குக் கூப்பிடுவாள். கையில் மீனைப் பிடித்துக்கொண்டு ஆட்டியபடியே வருவார். யாராவது விருந்தினர்கள் வந்தால் கோழி அறுக்கவும், சுத்தம்

செய்யவும் மாதவனைத்தான் அம்மா கூப்பிடுவாள்.

அம்மாவின் வார்த்தைகள் எப்போதும் நினைவுகளில் தங்கியிருந்தது. ''ஆட்கள் இல்லாததும் பொல்லாததுமெல்லாம் சொல்லலாம். இங்கு வரும்போது ஒரு வார்த்தை எதிர்த்துப் பேசமாட்டான். எனக்கு அவன் எப்போதும் உதவியாகத்தான் இருக்கிறான்''

ஊர்க்காரர்கள்தான் அம்மாவைக் கட்டாயப்படுத்தினார்கள். ''உங்க வீட்டுக்காரர் எத்தன பேருக்கு வேலை வாங்கிக் கொடுத்திருக்கார். மாதவனையும் அப்படியே கூப்பிட்டுக்கச் சொல்லுங்க''

''குஞ்ஞுப்புரத்து'' பெரியம்மாவும் வீட்டுக்கு வந்தபோது சொன்னார்,

''கண்டவங்களும் நம்ம பையன அடிச்சு கொல்றதை என்னால பாக்க முடியாது மகளே... உன் நாயர்கிட்ட நீ சொல்லு, எங்கயாவது இலங்கையிலோ சிங்கப்பூரிலோ அவனுக்கு ஏதாவது வேலை வாங்கிக் குடுக்கச் சொல்லு''

அம்மா சிபாரிசு செய்ததால்தான் அப்பாவுடன் போக மாமா சம்மதித்தார். போகும்போது அம்மா புத்திமதி சொன்னாள்.

''மாதவா, பத்திரமா இரு. நீ நல்லபடியா இருந்தா எங்க எல்லாருக்குமே நல்லது''

''கூடப்பிறந்தவளே, இனி என்னைப் பற்றித் தவறாய் ஏதும் உன் காதுக்கு வராது''

இரண்டு வருடங்கள் கழித்து மாமா புதிய ஆளாய் திரும்பி வந்தார். அதற்கிடையில் வந்த கடிதங்களில் அப்பா, மாதவன் எனக்கு பெரிய உதவியாக இருக்கிறான். அவன் பழைய ஆள் இல்லை என்றும் எழுதியிருந்தார்.

அப்பா கம்பெனியிலிருந்து சொந்தமாக வியாபாரம் தொடங்கியபோது மாமாதான் அதிகமாக உதவினாராம், அம்மாதான் கல்யாணப் பேச்சைத் தொடங்கினார். அந்தக் காட்சிகளை இப்போதும் ஞாபகப்படுத்த முடியும். ''அவன் நல்லா வருவான்னு எனக்குத் தெரியும். அவனை நம் குடும்பத்தில ஏதாவது ஒரு பொண்ணுக்குக் கட்டி வைக்கணும்''

அப்பா தன் இளைய சகோதரியைக் கூப்பிட்டு ஒரு வார்த்தை பேசினார். அடுத்த முகூர்த்தத்தில் எந்த ஆடம்பரமுமின்றி, திருமணம் நடந்தது. அப்பா போய் மூன்று மாதங்கள் கழிந்துதான் மாமா போனார்.

அடுத்த வருடம் வந்தபோது அப்பாவுக்கும் அவரை நம்பிச் சென்ற மச்சானுக்கும் இடையே நெருக்கமின்மையை உணர முடிந்தது. ஆனாலும் அப்பாவின் வீட்டுக்குப் போவார், தங்குவார். அப்பா அவருக்குப் பணமும் கொடுப்பார்.

அடுத்த முறைதான் சிலோனிலிருந்த அப்பாவின் இன்னொரு மனைவியைப் பற்றியும், மகளைப் பற்றியுமான கதை வெளியே வந்தது.

அப்பா திரும்பிப் போவதற்கு முன்பே மச்சான் போயிருந்தார்.

பிறகு எழுதிய கடிதங்களில் மாதவன் வேறெங்கோ வேலைக்குப் போய்விட்டான் என்று எழுதியிருந்தார். மாமாவைப் பற்றிய அதிகத் தகவல்கள் ஏதுமில்லை.

அதற்கடுத்த வருடம் அப்பா தனியாகத்தான் வந்தார். மாமாவும் பிறகு ஊருக்குத் திரும்பி வந்தார். அதற்கு முன்பே அப்பா, தங்கையைக் கூப்பிட்டு ஒரு வார்த்தையில் உறவை முறித்திருந்தார்.

மனைவியையும் மகளையும் பார்க்காமல் வீட்டிலிருந்து இறங்கி வந்தபிறகு ஊரைவிட்டுப் போனார் என்று பலருக்கும் தெரியாது.

பிறகு சிலோனிலிருந்து வந்தவர்கள் சொன்ன தகவல்கள் ஊரில் பரவியது. அப்பா, மாமாவுக்கு பயந்து வாழ்கிறாராம். மாமா, சிங்களனைவிட நன்றாக சிங்களம் பேசுவார். முரட்டு மீசையும் கட்டம் போட்ட லுங்கியும் இடுப்பில் கத்தியுமாகக் கள்ளு இறக்கும் மையங்களின் பொறுப்பை ஏற்றிருந்த ஒரு மலையாளப் போக்கிரி.

நடுநடுவே மந்திரவாதம் செய்யவும் போவார். பெரிய மாந்திரீகன் என்று ரவுடிகள்கூட நம்பினார்கள். களம் வரைந்து மந்திரம் சொல்லத் தெரியும். கோழி அறுத்து, மணி அடித்து, ''சாடாய் வந்து சகடாசுரன்தான் சாடான் ஒரும்பெட்டு முகுந்த காத்ரே'' என ஆரம்பித்து மணிப்பிரவாள ஸ்லோகங்களை மந்திரமாக ஜெபிப்பார். கெட்ட ஆவிகளை விரட்டுவார். கோடி மல்லுத்துணியும் பணமும் பிராந்திப் பாட்டிலுமாகத் தன் சிங்கள சிஷ்யனுடனும்தான் வருவார். வியாபாரி நாயர் பெரிய முக்கியஸ்தர் என்று கேள்விப்பட்டிருக்கிறோம். அதைவிடப் புகழ் பெற்றவராக இருந்தார் மாதவன். எஸ்டேட் கூலிக்காரர்களின் வசிப்பிடங்களிலும் ரவுடிகள் சுற்றும் பெரிய தெருக்களிலுமெல்லாம் மாதவன் வருகிறான் என்றால் அமைதியாகிவிடும். அந்த மனிதனுக்கு என்ன ஆனது? பல வருடங்களுக்குப் பிறகு ஊரில் யாருக்கும் அவரைப்பற்றித் தெரியாமலே போனது. அப்பா சிலோனில் வியாபாரமும் வாழ்வும் போதுமென்று நிறுத்தி, கேரளாவிற்குத் திரும்பியபோது பலரும் கேட்டார்கள்.

''எனக்கு அவனைப் பற்றி ஒண்ணும் தெரியாது. சாகல. உயிரோடிருக்கான்னு மட்டும் தெரியும்''

அப்பா உயிரோடிருக்கிறாரா? இறந்துவிட்டாரா? என்ன ஆனாலும் ஹேமாவுக்கு அதுபற்றி எந்தக் கவலையுமில்லை. அவளுக்கு அப்பாவைப் பார்த்த ஞாபகம்கூட இல்லை.

திருமணம் முடிந்த இரண்டு வாரங்களில் சிலோனிலிருந்து, ஒரு கடிதம் வந்தது ''ப்ரியமான மருமகன் அப்புவுக்கு'' என்று ஆரம்பித்திருந்தது.

எப்படித் தகவல் தெரியும் அவருக்கு?

''அப்புவிற்கு,

அவளுக்காக என்னால் எதுவும் செய்ய முடிந்ததில்லை. நீ அவளைத் திருமணம் முடித்திருக்கிறாய் என்று கேள்விப்பட்டபோது எனக்குள் பெரிய நிம்மதி. கடவுள் உங்கள் இரண்டு பேரையும் நன்றாக வைத்துக் கொள்வார்'' என்று எழுதி என் சொந்த மருமகனுக்காக என்று கையொப்பமிட்டு அனுப்பியிருந்தார். மலையாளக் கையெழுத்தில் அப்படி ஒன்றும் தவறுகள் இல்லை. சுய முகவரியுமில்லை. கோடு போட்ட தாள்கள். இடத்தின் பெயரில் Ankada என்று முடிகிறது. ஏதோ ஒரு இடத்தின் தபால் முத்திரை மட்டும் இருப்பதை ஸ்டாம்பிலிருந்து புரிந்து கொள்ளலாம். முகவரியில் அப்படி ஒரு இடமில்லை.

இப்போது ஒருவேளை இறந்துகூடப் போயிருக்கலாம். அவருடைய இறுதி, சாதாரணமாக இருக்குமென்று நினைக்க ஏனோ சிரமமாயிருந்தது. இருண்ட ஏதோவொரு நடுவழியில் பின்னாலிருந்து வந்த கத்தி, முதுகெலும்புகளில் ஆழ்ந்திறங்கி அவர் விழுவதுபோல மனதில் ஒரு பிம்பம். முரடன் மம்மாலியை அடித்து வீழ்த்தின மாதவனின் கடைசிப் பயணம் அப்படியாக முடியத்தான் வழியிருக்கிறது. அடர்ந்த தாடியும் முரட்டு மீசையும் சிவந்த கண்களுமுள்ள வயதானவர் அவர். ஆனால் வீரியம் குறையாத ஒரு போக்கிரியின் உருவம்தான் இப்போதும் என் மனதில் அவரைப் பற்றி இருக்கிறது. முழங்கையிலும் நெற்றியிலும் பச்சை குத்திய அடையாளத்தைக் காண்பித்து பத்திரிகையில் ஒரு விளம்பரம் கொடுக்கலாமா என்றுகூட யோசித்திருந்தேன்.

"ஒரு சிகரெட் வேணும். மன்னிக்கணும். அப்புயேட்டன் மாதவனைப் பற்றி யோசித்துக் கொண்டிருக்கிறீர்களா? எனக்கு சிகரெட் வேணும். யாரை அனுப்பினால் வாங்கிட்டு வருவாங்க?''

உண்ணி கேட்டபடியே பக்கத்து நாற்காலியில் வந்தமர்ந்தான். ராஜேட்டனின் முன்னாலிருக்கும் கட்டிலிருந்து பீடி எடுத்துப் பற்றவைத்து அவன் கொட்டாவி விட்டான். அப்போது தூரத்தில் மாமரத்தின் கிளை ஒடிந்து விழும் சத்தம் கேட்டது. எந்த மரத்தை வெட்டுகிறார்கள்? ஆசாரியம்மாவின் வீட்டுப் பக்கத்திலிருந்ததையா? பட்டரின் எல்லைக்குட்பட்டதையா?

7

பெட்ரோமாக்ஸ் விளக்குகள் எரிந்தன. மச்சு வீட்டின் நாலுகட்டுத் திண்ணையில் வைத்திருந்த ராந்தல் விளக்குகள் உள்ளே கொண்டு போகப்பட்டன. வரவேற்பறையில் ஒரு தொங்கும் விளக்கு மட்டும் மின்னியபடி ஆடிக்கொண்டிருந்தது.

உண்ணி விசாரித்தான். ''ராஜேட்டனின் டிரைவர் ஏதாவது சாப்பிட்டாரா?''

''சாப்பிடுவான். அவன் கையில பணம் வச்சிருக்கான்''

''நமக்குக் கொஞ்சம் பீடி, சிகரெட், வெற்றிலை பாக்கெல்லாம் வாங்கிக்கலாம். நான் குட்டி நாராயணனிடம் சொல்லியிருக்கிறேன்''

குட்டேட்டன் பக்கத்தில் வந்தார். உண்ணி வாசலின் அருகே போய் நின்றபோது குரலடக்கிக் கேட்டார்.

''இவனுக்கு ஏதோ ஒரு கிருஸ்துவப் பெண்ணோடு ஒரு அஃபயர் இருக்கிறதெனக் கேள்விப்பட்டேன், உனக்கு ஏதாவது தெரியுமா?''

''நான் கடைசியாகக் கேள்விப்பட்டவரை ஒரு வட இந்தியப் பெண்ணுடனான தொடர்புதான் எனக்குத் தெரியும். வேற எதுவும் தெரியாது'' என்று மட்டும் சொன்னேன்.

‘‘அப்புவுக்கு ஏதோ தெரியும் போலயிருக்கு’’

‘‘கல்யாணமே முடிஞ்சிட்டதுன்னும் இனிதான் செய்யப் போறான்னும் சொல்றாங்க. சடங்கெல்லாம் முடிஞ்சதுக்கு அப்றம் இதப்பத்தி அவங்கிட்ட நான் கேக்கறேன்’’

அண்ணன் மறுத்தார், ‘‘வேணாம். அவனா சொல்றானான்னு பாக்கலாம்’’

ஒரு ஆசிரியரின் கௌரவ பாவத்தோடு அவர் மீண்டும் சொன்னார், "He has become a reek. I don't know what happened to him"

நாங்கள் ஒன்றும் பேசவில்லை.

‘‘நல்ல வேலையில இருந்தான். அதை எதுக்கு வேண்டாம்னு விட்டான்? யார்கிட்டயும் எதையும் சொல்லமாட்டான். தோணும்போது எதையாவது எழுதுவான். தோணும்போது வருவான். அம்மா இருந்தவரைக்கும் ஓணத்துக்கும், சித்திரை வருஷப் பொறப்புக்கும் மட்டுந்தான் இந்த வீட்ல எல்லாரையும் ஒண்ணா பாக்கவாவது முடிஞ்சது?’’

அண்ணனின் துக்கம் நியாயமானது.

‘‘உங்களுக்குத் தெரியாது. நீங்க மூணுபேரும் மூணு இடத்தில் இருக்கீங்க. ஊர்க்காரர்களும் உறவுக்காரர்களும் எங்கிருந்தாவது எதையாவது கேள்விப்பட்டால் எங்கிட்டதான் வந்து கேட்பாங்க. நான் என்ன செய்யட்டும்? சமீபத்தில ஒரு ஆள் உன்னோட செகண்ட் மேரேஜ் பத்தி என்னாச்சுன்னு எங்கிட்ட வந்து கேட்கிறான் ராஜன்?’’

நான் சமாதானம் சொன்னேன். ‘‘என்னப் பத்திக் கவலைப்படாதீங்க. நான் உண்ணியைப் போல இல்லை. முக்கியமான விஷயம் ஏதாவது இருந்தால் உங்ககிட்ட சொல்வேன்’’

உண்ணி திரும்பி வந்தபோது நாங்கள் மூன்றுபேரும் அமைதியானோம். சில நிமிடங்களுக்குப் பிறகுதான் அண்ணனுக்கு ஞாபகம் வந்தது.

''அப்பா, இறந்தது பற்றி ஒரு பத்திரிகைச் செய்தி குடுக்க வேணாமா?''

அப்புவிற்கு நிருபர் மாறியிருக்கிறார் என்பது மட்டுமே தெரியும்.

''யாரு இப்ப நிருபர்?''

''அவறான்குட்டின்னு நெனக்கறேன்''

''இருக்கலாம். சமீபத்தில் அவர் கதர் ஜிப்பா எல்லாம் போட்டு, வேற ஒரு தினுசா நடப்பதை நானும் பாத்தேன்''

''ஒரு செய்தி எழுதிக் குடுத்தனுப்பு ராஜா''

''அண்ணன் எழுதினாப் போதும்''

அண்ணன் உள்ளே போய் லெட்டர் பேடும் பேனாவுமாக வந்தார். பெட்ரோமாக்ஸ் விளக்கின் வெளிச்சம் நன்றாக விழும் இடத்தில் பெஞ்சில் பேப்பர் வைத்து பேனாவைத் திறந்து குனிந்து உட்கார்ந்தார்.

''என்ன எழுதணும்?''

குட்டேட்டன் உண்ணியிடம் கேட்டார். கொஞ்ச நாட்களுக்கு முன் அவன் பத்திரிகையில் வேலை பார்த்திருக்கிறான்.

உண்ணி அலட்சியமாகச் சொன்னான். ''நாட்டு நடப்பில்லையா, அது போதும்.

''இந்த இடத்தின் பிரமுகரும் சமூக சேவகருமான...''

அப்பு சட்டென வெடித்துச் சிரித்தான்.

''என்ன சமூக சேவை...?''

"எதுவும் இருக்காது, ஆனாலும் அப்படித்தான் எழுத வேண்டும்" உண்ணி சொன்னான்.

"இந்த இடத்தின் பிரமுகரும் சமூக சேவகருமான இவர் வயோதிகத்தாலும், உடல்நிலை சரியில்லாமல் போனதாலும் மரணமடைந்து விட்டார். அவர் பல காலம் சிலோனில் வியாபாரம் செய்தவர்"

அப்பு தடுத்தான்.

"நமக்குத் தெரியாதா? அப்பா மாஹியில் கருவாட்டு வியாபாரத்தின் கணக்குதானே எழுதிக் கொண்டிருந்தார்"

உண்ணி, பெருமிதத்தோடு சொன்னான்.

"அது அப்பாவுக்குத் தெரியும், நமக்குத் தெரியும், மாஹிக்காரர்களுக்குத் தெரியும், ஆனால் சாதாரண ஜனங்களுக்குத் தெரியாதே. இப்படியெல்லாம் எழுதினால்தான் மரணக்குறிப்பு முழுமையடையும். இறந்தவரைப் பற்றி ஸ்ரீ.கே.பி.கேசவ மேனோன் என்ன சொன்னார் என்றுகூட சேர்த்து எழுத வேண்டும்"

இதற்கு யாரும் ஒன்றும் சொல்லவில்லை.

எனக்குத் தயக்கமாக இருந்தது. "ஒன்றும் எழுத வேண்டாம். நிருபருக்கு என்ன எழுதத் தோன்றுகிறதோ அதை அவனே எழுதிக் கொள்ளட்டும்"

உண்ணி அதோடு நிறுத்தவில்லை. பிள்ளைகளின் பெயர், பிறகு பெரிதாய் தெரிய வேண்டிய வேலையின் பெயரெல்லாம் எழுதினான். "இங்ஙனம் இறந்தவரின் பிள்ளைகள் எனப் போட வேண்டும்" பெண் வாரிசுகள் பட்டியல் கொடுப்பதில்லை. அதும் ஒரு பழக்கம்தான். அண்ணன் பேனாவை மூடி வைத்தார். வேண்டாம்.

''இதெல்லாம் தேவு சொன்னபோது நான் வேண்டாமென்று சொன்னேன்''

உண்ணியின் ஆதங்கம் முடியவில்லை.

இப்படி எழுதுவதற்கு மீண்டும் மீண்டும் நல்ல வார்த்தைகள் இருக்கிறது. சொல்வது சரியாக இருக்க வேண்டும் என்பது மட்டும் தான் தேவை. உண்மையை எல்லாம் சொல்ல வேண்டுமென்றில்லை. அது போதும். ராஜேட்டனைப் பற்றி எழுதும்போது ஒரு புகழ்பெற்ற விவசாய ஸ்தாபனத்தில் எக்ஸிக்யூட்வான வி.கே.ஆர்.நாயர் என்று எழுதினால் தப்பில்லை.

அண்ணன் எதுவும் எழுதுவதில்லை என்று நாற்காலியில் சாய்ந்து உட்கார்ந்தார்.

இந்த இடத்தின் மௌனத்தைச் சிதைத்து மரம் வெட்டும் ஓசையெழுகிறது. கிளைகள் முறியும் சத்தம் கேட்டுக் கொண்டேயிருந்தது. இனி அடிமரத்தின் திம்மையை மட்டும் வெட்ட வேண்டும்.

சாத்துக்குட்டி மாமா வெற்றிலைச் செல்லமும் சிகரெட்டுமாக வந்தார். அதையெல்லாம் பக்கத்தில் வைத்துவிட்டு பெருமூச்சுடன் உட்கார்ந்தார்.

''மரணத்திற்கும் ஒரு கல்யாணத்துக்குச் செய்ய வேண்டிய ஆடம்பரமும் வேலையும் இருக்குது. சும்மா வெட்டிச் சாய்த்தால் போதாதே. இனி ஒண்ணும் செய்ய வேண்டியதில்லை. எல்லா வேலையும் முடிஞ்சது. நாளைக்குத் தேவையான சந்தன மரம், தர்ப்பை, பட்டை எல்லாம் ரெடியாயிருக்கு. நெய் இப்ப வந்துடும். அதுக்குள்ள கொஞ்சம் வெத்திலப் போட்டுக்கறேன்''

கடுமையான வேலைக்குப் பிறகான ஓர் ஓய்வுபோல நிதானமாய் வெற்றிலையில் நரம்பு எடுத்து சுண்ணாம்பு தேய்த்தார். காம்பினைக்

கிள்ளி எறிந்தார். வாலைக் கிள்ளி நெற்றியில் வைத்தார். உண்ணி மிகுந்த ஆர்வத்தோடு சாத்துக்குட்டி மாமாவைப் பார்ந்த படியேயிருந்தான்.

"மாமா நீங்க இதுவரைக்கும் எத்தன பேரை எரியூட்டியிருப்பீங்க?"

"என்னடா அப்பு. (அப்போதும் அவருக்குப் பேர் மாறிப் போனது) யாருக்குத் தெரியும்? ச்சீன்னு போச்சு இந்த வேலை. கடவுளே இனி தாமதம் இல்லாம ஒருநாள் சீக்கிரமா என்ன அங்கக் கூப்பிட்டுக்கோ. உங்களைப்போல நாலு ஆண் பிள்ளைகளையும் பெற்று வளர்த்ததால் நாயரேட்டன் இதெல்லாம் அனுபவிக்க முடிஞ்சது?" மாமா வெற்றிலைச் சாறு இறங்கும் சுவையோடு மென்றார். "எங்களுக்கிடையில் மாச வித்தியாசம்தான் இருக்குது. எப்போதும் எங்களில் யார் முன்னாடி போறதுன்ற பேச்சுதான். கொஞ்சம் தொண்டைய நனைச்சுகிட்டா இதேதான் பேச்சு. இப்ப நான் மட்டும் தனியாயிட்டேன்"

வயதாகும்போது மரணத்தைப் பற்றி இப்படியெல்லாம் லாவகத்துடன் பேச முடிவது எனக்கு ஆச்சரியமாக இருந்தது. பெரியவர் எவ்வளவு சாதுவானவர். நிறைவானவர். அப்பாவின் சௌபாக்கியத்தைப் பற்றி விவரணையாகப் பேசுகிறார். நல்ல நாளில் இறந்திருக்கிறார். கடைசியில் கொஞ்சம் கஷ்டப்பட்டார். ஆனாலும் அவரின் வாழ்வு முழுமையானதுதான்.

"வாழுற காலத்தில் வேண்டியதையெல்லாம் வேண்டியபடி அனுபவித்தார். பிள்ளைகளான உங்களுக்குத் தெரியுமா, இந்த 'எளப்பள்ளி' பிரதேசத்தில் நம் சமூகத்தில் இவ்வளவு சுகமான ஜீவிதம் ஒருத்தருக்கும் கிடைக்கவில்லை. என்னை கொழும்புக்கு எத்தனை முறை கூப்பிட்டிருக்கார் தெரியுமா?"

எனக்கு மூன்று வயது நிறையும்வரை சிலோனில் இருந்தோம். குட்டேட்டன் ஏதோ ஒரு தமிழ் ஸ்கூலில்தான் முதல் இரண்டு வகுப்புகள் படித்தாராம். அந்த நாட்கள் அவருக்கு நினைவில் இல்லை. எனக்கும் ஞாபகத்திலில்லை. அம்மாகூட அப்புறம் எல்லாவற்றையும் மறந்து போய்விட்டார்கள். மறக்க முயன்றாளா என்பதும் சந்தேகம்தான். பக்கத்து வீட்டுப் பெண்களோடு சிலோன் வாசக் கதைகள் சொல்வதை, குழந்தைப் பருவத்தில் நான் நிறையக் கேட்டிருக்கிறேன். கொஞ்ச நாட்களில் அப்படி சொல்வதைச் சட்டென நிறுத்திக்கொண்டாள் அம்மா. கப்பல் பயணத்தின் ஒரு சம்பவம் இப்போதும் என் மனதிலிருக்கிறது. கப்பலில் எங்களுடன் ஒரு வெள்ளைக்காரியும் வெள்ளைக்காரனும் அவர்களின் குழந்தைகளுமிருந்தார்கள். அவர்கள் இங்கிலீஷில் ஏதோ பேசிக் கொண்டே கறியால் சமைக்கப்பட்ட ஒரு உணவை எங்களுக்குத் தந்ததும், மாட்டுக்கறியாக இருக்கலாமென நினைத்து அவர்களுக்குத் தெரியாமலேயே அதைத் தூக்கி எறிந்ததும் கூட நினைவிருக்கிறது.

பெரியவர் சொன்னார். ‘‘நானும் நாணுயேட்டனும் ஒரே பெஞ்சில் உட்கார்ந்துதான் நாலாவதுவரை படித்தோம். ஒவ்வொருத்தரோட தலையெழுத்து. நான் நாலாம் க்ளாசில் பெயிலானபோது அப்படியே வயலுக்குப் போனவன்தான். இன்னும் அங்கயிருந்து ஏறவேயில்லன்னு வச்சுக்கோங்களேன்’’

அந்தக் கிழவனின் போலியான கவலையை விலக்கி அப்பு,

‘‘வயல் வேலை நல்ல வேலையாச்சே மாமா? உங்க வீடு போல அவ்வளவு பெரிய வீடு இந்த பிரதேசத்தில யாருக்குமே இல்லையே?’’ என்றான்.

‘‘எல்லாம் என் தலையெழுத்துதான். உங்கப்பா நடந்துபோயி படிச்சு மெட்ரிக்குலேஷன் பாசானார். அன்னக்கி மெட்ரிக்குலேஷன் பாசானா

என்ன தகுதி தெரியுமா? அப்படியே டிகிரியும் வாங்கினார். நல்ல புத்தி, சும்மா இல்ல வெளிநாட்டிலெல்லாம் போய் சம்பாதிக்க வச்சது''

வெற்றிலை போட்டு முடித்து மரம் வெட்டுபவனின் வேலை எந்த அளவில் இருக்கிறதென்று பார்க்கப் போனவரை நிறுத்திய உண்ணி,

''அப்பாவோட அப்பாவோட அப்பா யார்னு உங்களுக்குத் தெரியுமா மாமா?'' என்று கேட்டான்.

''எனக்குத் தெரியாது''

எங்க யாருக்கும் தெரியாது என்ற உண்மை அப்போதுதான் புரிகிறது. ஃபேமிலி ட்ரீ எனக்கெப்போதும் மிகவும் ஆர்வமான ஒன்றாக இருந்திருக்கிறது. அப்பாவின் அப்பா கோவிலகத்தின் காரியஸ்தன் என்று கேள்விப்பட்டிருக்கிறேன். பெயர் தெரியாது.

குட்டேட்டனுக்குத் தெரியும், அவர் பெயர் கோவிந்தன் நாயர்.

''அவரோட அப்பா? அவரோட அப்பா? அந்த அப்பச்சியின் அம்மாவைப் பற்றி நமக்கொன்றும் தெரியாது. அவங்களோட அம்மா. நம்ம அம்மாவோட அப்பா காசிக்குப் போயி அங்கேயே இறந்திட்டார்னு எல்லோரும் நினைச்சிட்டிருக்கும்போது, திரும்பவும் வந்திட்டார்னு கேள்விப்பட்டிருக்கேன்''

அம்மாவின் அப்பாவைக் குட்டேட்டனுக்கு ஞாபகம் இருக்கும். நல்ல நிறத்துடன் இருப்பார். அம்மா தாத்தாவின் நிறத்திலும் சாயலிலும்தான் இருப்பாள்.

''அவங்க அப்பா?''

''எனக்குத் தெரியாது''

''நான் யோசிப்பதுண்டு. யோசித்தால் சிரிப்பு வரும். அம்மாவுடைய தாய்வழியில் விசாரித்துப் போனால் காட்டில் போய்

சேரலாமென்று தோன்றும். நாம் நிச்சயமாக ஒரு "வீட்டிக்காட்டின்" நாயாடிகளிடத்திலோ விறகு வெட்டுபவர்களிடத்திலோ போய்ச் சேரலாம், நிச்சயமாக"

அப்பு சொன்னான். "நாம அப்படி மலைவாசிகளாய் இருந்திருக்க முடியாது"

உண்ணியுடன் இப்படி விவாதிப்பது வீண்தான். அவன் சமநிலையை இழந்து பல வருஷங்களாகிவிட்டது என்று எனக்குத் தோன்றுகிறது.

"ஆமாம் காட்டில்..."

"யாரும் சொல்லிக் கேட்டதில்லை"

"விசாரிக்க மாட்டார்கள். அதான் பிரச்சனையே. நம்ம வீட்ல..."

நம்ம வீட்ல என்று அவன் சொல்வது அம்மாவின் வீட்டைப் பற்றித்தான். அம்மாவுடைய கிராமம். இங்கே நாங்கள் எப்போதும் விருந்தினர்களாகவேயிருந்தோம். இந்தக் கிராமத்தில் தென்னந் தோப்புகளும், சமவெளிகளும் தானிருக்கும். இதற்குச் சொந்தமாக ஒரு அடையாளமுமில்லை என்றுதான் அவன் சொல்லுவான்.

நம் வீட்டிற்குப் பின்னாலிருக்கும் இடத்தை "வீட்டிக்காடு" என்றுதான் காலங்காலமாகச் சொல்வார்கள். ஒரு வீட்டி மரமுமில்லை. அம்மாவின் குழந்தைப் பருவத்திலும் ஒரு வீட்டி மரமும் இங்கு இருந்ததில்லை என்று சொல்லியிருக்கிறார்கள். ரொம்ப நாட்களுக்கு முன்பு இந்த இடம் பெருங்காடாக இருந்திருக்கலாம். நாம் அந்தக் காட்டு மனிதர்களின் ஏழாம் தலைமுறையாக இருக்கலாம். நாகரிகம் அடைந்து, வந்துவந்து கீழே வயலில் பயிர் செய்யத் தொடங்கிய ஆறாம் தலைமுறையின் ஒரு பெண்ணை இந்த வந்தேறிகளிடமிருந்து வந்த, பதினாறு ரூபாய் சம்பளமுள்ள மாஸ்டர் கல்யாணம் பண்ணிக்

கொண்டார். There is some drama here in the otherwise dull family chronicle.

யாரும் கொஞ்சமும் எதிர்பார்க்காத கேள்வி குட்டேட்டனிடம் இருந்துதான் வந்தது.

"Why don't you try"

"I will, I will. ஒரு மூணு வருஷம் family roots வேண்டும். அதற்கு research பண்ணணும். என்னால் அதில் முழுவதுமாக ஈடுபட முடியல"

அப்பு கொஞ்சம் கிண்டலோடு சொன்னான். ''வடக்கு வீட்டின் சரித்திரம் எதிர்கால சந்ததிக்காக...''

உண்ணிக்கு அது கிண்டலாய் தோன்றவில்லை.

''இல்லை. அதில்தான் என் சித்தாந்தம் இருக்கிறது. குடும்பம், பாரம்பரியம் என்றெல்லாம் சொல்வது வெறும் மாயை. எங்களுடைய சரியான வேர் எங்கேயோ இருக்கிறது. அது மாபெரும் காடு''

நாங்கள் யாரும் எதுவும் பேசவில்லை. அப்பு யாரிடமென்றில்லாமல் பொதுவாய்ச் சொன்னான்.

''மருத்துவமனையிலாவது அப்பா ஏதாவது சொல்வார் என நினைத்தேன்''

குட்டேட்டன், ''அப்பா எப்பவும் அப்படித்தானிருந்தார். தன் மரணம் அதிக தூரமில்லை என்று அவருக்குத் தெரிந்திருந்தது. ஏதாவது பேசுவார் என்று நானும் நினைத்தேன்'' என்றார்.

''யாரிடமாவது ஏதாவது பேசுவதாகயிருந்தால் அது உங்களிடம்தான் இருந்திருக்கும். எங்கள் எல்லோரையும்விட ப்ரியமும் நம்பிக்கையும் உங்களிடம்தான் குட்டேட்டா, அப்பாவுக்கு அதிகமாய் இருந்தது''

''நினைவு தப்புவதற்குமுன் அப்பா ஒருநாள் பக்கத்தில் வரச் சொல்லி ஏதோ சைகை காண்பித்தார், நான் கட்டிலுக்கருகில் நீண்ட நேரம் நின்றிருந்தேன். அப்பா என்னைப் பார்த்தபடியே படுத்திருந்தார். ஒன்றும் பேசவில்லை. கடைசியாக அவர் கண்களில் நீர்முட்டித் தளும்பினப்போ என்னால கண்கொண்டு பாக்க முடியல. நான் வெளியப் போயிட்டேன். திரும்பவும் தாங்க முடியாமல் உள்ளே போய்ப் பார்த்தேன். அப்பா கண் திறக்காமல் படுத்திருந்தார்''

''அப்பா என்ன சொல்ல நினைத்திருப்பார். சொத்து விஷயமாக இருக்காது. இருந்த நிலங்கள் பத்து சென்ட் வீதம் குடியிருப்புக்காரர்களுக்குக் கொடுத்தபோது சொத்து ஒரு பழங்கதையாய் மாறிப் போனது. மீதி இருப்பதை இரண்டு சகோதரிகளுக்கு முன்பே எழுதி வைத்திருந்தார். அப்பா சொல்லத் தயங்கின விஷயம் ஒண்ணுதானிருக்கும். சிலோனிலிருந்த மனைவியையும் மகளையும் பற்றியதாக இருக்கலாம்''

அவனும் அதைத்தான் யோசித்திருந்தான். உண்ணி சட்டெனக் கேட்டான். ''அவங்ககிட்ட இருந்து கடிதங்கள் ஏதும் அதுக்கப்பறம் வந்ததில்லையா?''

''யாருக்குத் தெரியும்?''

''அப்பாவோட பெட்டியைப் பாத்தாத் தெரியுமே''

அப்பாவிடம் வேறு பணம் ஒன்றுமில்லையென அப்புவால் நம்ப முடியவில்லை.

குட்டேட்டன் ஒன்றும் இல்லெயென முழுக்க நம்பினார். இருந்தால் பிள்ளைகள் ஒவ்வொருவரிடமும் பணம் கேட்டுக் கடிதம் எழுதியிருப்பாரா அவர்?

அப்புவிற்கு மறுபடியும் சந்தேகம். எங்கேயாவது வட்டிக்குத் கொடுத்திருப்பாரா?

''இல்லை'' குட்டேட்டன் அதை மறுத்தார். ''பணத்திற்கு வழியிருந்திருந்தால் நம்மிடம் கேட்டிருக்கமாட்டார். அப்பாவிற்கு எப்போதும் தன்மானம் அதிகமிருந்தது. பிள்ளைகளை வளர்த்தார்; படிக்க வைத்தார். அவர்களுடைய உதவி இல்லாமல் வாழ வேண்டும் என்றுதான் அவர் ஆசைப்பட்டார். அதுதான் அவர் கேரக்டர். சிலோனில் ஏதாவது சம்பாதித்திருந்தால் அதை அங்கே கொடுத்துவிட்டுதான் வந்திருப்பார்''

''என்னால் இதுவரை சிலோனுக்குப் போக முடிந்ததில்லை'' உண்ணி சொன்னான்.

பதிலேதும் சொல்லாமல் இருவரும் மௌனம் காத்தோம்.

அப்பா ஒரு நல்ல கேரக்டர். பத்தாவது முடித்தவுடன் ஸ்கூல் வாத்தியாரானார். பிறகு காதல்தான். அப்பறம் ரப்பர் தோட்டத்தில் கிளார்க்கானார். அந்தத் தோட்டம் எங்கே இருந்தது? 'பாலப்பள்ளி' அது எங்கே இருந்தது? அம்மா சொல்லக் கேட்டிருக்கிறேன்.

எனக்கும் சரியாகத் தெரியாது. திருச்சூரிலிருந்து இறங்கிப் போகணும் என்று மட்டும் அண்ணனுக்குத் தெரியும்.

குழந்தைப் பருவத்தில் அம்மா சொன்ன கதைகளில் ஒன்று மட்டும் ஞாபகம் இருக்கிறது. அப்பா குமாஸ்தாவாக இருந்த தோட்டத்தில் போஸ்ட் ஆபிஸ் வேலையும் அவரேதான் செய்திருந்தார். சாயங்கால வேளைகளில் மட்டும்தான் வேலை இருக்கும். இரவில் போஸ்ட் ஆபிஸை பூட்டிவிட்டு ஒரு காய்ந்த ரப்பர்மரக் கொள்ளியை எரிய வைத்து பந்தம் போல வீசியபடி வீட்டுக்குப் புறப்படுவார்.

கீழே இருந்து வரும் இருட்டில் ரப்பர்மரக் கொள்ளியின் வெளிச்சத்தை குவார்ட்டர்ஸில் உட்கார்ந்திருக்கும் அம்மாவால் பார்க்க முடியும். ஒரு இரவில் போஸ்ட் ஆபிஸிற்கும் வீட்டிற்கும் இடையில் உள்ள கால்வாயைத் தாண்டும்போது பந்தம்

தெரியவில்லை. ஒரு கூக்குரல் கேட்டது போலத் தோன்றியது. அம்மா கத்திக் கூப்பாடு போட்டாள். யார் யாரோ ஓடி வந்து பார்த்தபோது, அப்பா கீழே விழுந்து கிடந்தார். வீட்டில் கொண்டுவந்து படுக்க வைத்தார்கள். அதிகமான அடி ஏதும் படவில்லை. யாரோ பின்னால் அடித்துத் தள்ளி விட்டிருக்கிறார்கள். போஸ்ட் ஆபீஸிலிருந்து எப்போதும் கொண்டுவரும் பணப்பை அன்று திருடு போயிருந்தது.

அம்மாவின் நகைகளை விற்று மறுநாள் போஸ்ட் ஆபிஸில் பணம் கட்டிவிட்டு, அன்றே அந்த வேலையிலிருந்து ராஜினாமா செய்தார்.

பாலப்பள்ளித் தோட்டத்தைப் பற்றி அம்மா நிறையப் பேசியிருக்கிறார். சிலோனைவிட அதிகம் அந்த ஊரைச் சுற்றிலுமுள்ள நினைவுகள் இப்போதும் தெளிவாய் என் மனதிலிருக்கிறது. குட்டேட்டன் பிறப்பதற்கு முன்பா இல்லை அதற்குப் பின்பா? காலத்தை அறிந்து கொள்வதில் எனக்கு மிகவும் சிரமமிருக்கிறது. அம்மாவும் அப்பாவும் சின்ன எஸ்டேட் வீட்டிலிருந்தார்கள். அம்மா சந்தோஷமாக இருந்தாள். வேலை முடிந்து வந்து அப்பா குளித்து வேறு வேட்டி சட்டை மாற்றுவார். வெளியே போவார். மாலையில் வெளியே போகும்போதும் செண்ட் அடிக்கத் தொடங்கியதைப் பார்த்தபோதுதான் அம்மா லேசான மனக்கிலேசம் அடைந்து இருக்கிறாள். அதைத் தொடர்ந்த சந்தேகம் அம்மாவை ஒரு துப்பறிவாளராக மாற்றுகிறது. பக்கத்து வீட்டிலிருந்த ரைட்டரின் வேலைக்காரப் பெண் கண்ணம்மாவுக்கு ஒரு 'அணா தரேன்' என்று சொல்லி தன் துப்பறிதலைத் துவக்கினார். அப்பா வெளியே புறப்பட்டால் அம்மா ஜன்னலைத் திறந்து வைப்பாள். அதுதான் கண்ணம்மாவிற்கு சைகை. கண்ணம்மா அப்பாவைப் பின் தொடர்வாள். கடைசியில் கண்ணம்மா கண்டுபிடித்தாள். ஒரு எஸ்டேட் வேலையாளான முதியவரின் வீட்டுக்குத்தான் அப்பா போகிறார். இரண்டு மூன்று அணா அதிகமாகக் கொடுத்தபோது

கண்ணம்மா கூடுதல் விவரங்கள் சேகரித்துக் கொடுத்தாள். அந்த வீட்டில் இரண்டு இளம்பெண்கள் இருக்கிறார்கள். அவர்களின் நடத்தை சரியில்லையென அவள் விசாரித்ததில் தெரிந்து கொண்டாள்.

இன்னும் ஒரு அணாகூட செலவழித்தால் மிகச் சரியாக எந்தப் பெண் என்று கண்டுபிடித்து விடலாம். என்ன ஆனாலும் ஒரு பெண் இருக்கிறாள். இல்லன்னா இரண்டும். ஒரு அணாவும் செலவழிக்க வேண்டாம். அன்று இரவு அப்பா நேரம் கழித்து வந்தபோது, அம்மா உள்ளே நின்று கதவை அடைத்து தூங்காமல் படுத்திருந்தாள். அப்பா வெளியே நின்று நீண்டநேரம் கதவைத் தட்டிக் கூப்பிட்டிருக்கிறார். அம்மா கதவைத் திறக்கவில்லை.

அது எப்படிதான் முடிவுக்கு வந்தது?

சம்பவத்தின் அந்த பாகத்தைப் பற்றி எனக்கு மிகச் சரியாக ஞாபகம் இல்லை.

குட்டேட்டன் சொன்னார், "கொழும்பிலும் அடிகண்ணாவாவிலும் அப்பாவிற்கு நல்ல பேர் இருந்தது. அடிகண்ணாவாவில் அப்பாதான் பல காலம் J.P., J.P., ன்னா Justice of Peace. அது ஒரு எலக்டட் போஸ்ட்.

உண்ணி விவரித்தான். நம் நாட்டில் முன்பு Honesty மேஜிஸ்ட்ரேட்கள் இருந்தார்களே. அது போலத்தான் இதுவும்.

அவன் அதில் ஒரு பெருமையுமின்றிப் பேசியது குட்டேட்டனுக்குப் பிடிக்கவில்லை என்று தோன்றியது.

குட்டேட்டன் மேலும் விவரித்தார்.

"ஒரு சிலோன்காரனோடு போட்டிபோட்டுத்தான் அப்பா ஜெயித்தார். சிலோன்காரர்கள் பரம சாதுக்கள். அவர்களை ஏமாற்றித்தான் நம் ஆட்கள் சம்பாதித்தார்கள். கருவாடு விற்கப் போனவர்கள் எல்லாம் லட்சாதிபதிகள் ஆனார்கள். மாதவன் மாமாகூட

மந்திரவாதம் நடத்தியிருந்ததை யார்யாரோ சொல்லியிருக்கிறார்களே! தென்னைமரத்தைச் சுத்தம்செய்து, கள்ளெடுக்கக்கூட அறிவில்லாத அந்த மக்களை மலையாளிகள் உண்மையில் அப்படிக் கசக்கிப் பிழிந்தார்கள்.

குட்டேட்டன் உண்ணியை எதிர்கொள்ள பிரதிவாதங்களைத் தனக்குள் யோசிப்பதுபோல் தோன்றியது.

"ஆனால் In those days..... ஆனால்...." பிறகொன்றும் சொல்லவில்லை. ஒரு சிகரெட்டை எடுத்து விரலால் நடுப்பாகத்தைக் கிள்ளினார்.

அப்பு ஞாபகப்படுத்தினான். "நாம அப்பாவின் பெட்டியைப் பாக்கலாம். ஏதாவது கடிதங்களோ, பேப்பரோ இருக்கலாம்"

என் சந்தேகம் தொக்கி நின்றது. மரணம் தன்னைச் சமீபிக்கிறது என்று தெரிந்தும் அப்பா சிலோனில் முறித்துவிட்டு வந்த பந்தங்களைப் பற்றி யாரோடும் பேசாமல் இருந்தது ஏன்? அவர்களுடைய முகவரி பெட்டியில் இருக்கலாம். அவர்கள்...

அவர்கள் யாரென எல்லோருக்கும் தெரியும். பிள்ளைகளுக்கும் மருமகப் பிள்ளைகளுக்கும் உறவினர்களுக்குமெல்லாம் கூடத் தெரியும். ஆனால் யாரும் அவர்களைப் பற்றிப் பேசிக்கொள்வதில்லை.

"ராஜேட்டனுக்கு இன்னும் எத்தனை நாள் லீவு இருக்கிறது?" அப்பு கேட்டான்.

"லீவு... லீவும் எழுத்தும். ஃபார்வேர்டு செய்வதும் கையெழுத்து போடுவதெல்லாம் ஒண்ணுமில்லை. சேட்டின் முன்னால் போய் நின்றால் வேலையிருக்கு. எனக்குத் தெரிந்தது அவ்வளவுதான். 'நமக்கு ஆள் இருக்கிறது நாயர், போ' என்று சேட்டு சொன்னால் கிராஜூவிட்டி,

ப்ராவிடண்ட் ஃபண்ட், என்ற எந்தப் பாரங்களுமில்லாமல் இறங்கி அப்படியே தெருவில் நடக்கலாம்''

தூரத்தில் வயலிலிருந்து பெரிய ஆரவாரம் கேட்டது. மாமரத்தின் அடிமரமும் விழுந்த சத்தமது. ஒரு நிமிடம் வீடும், சூழலும் மொத்தமாய் நிசப்தமானது போலத் தோன்றியது. மீண்டும் கோடாலியின் சத்தம் தாளத்தோடு கேட்கத் தொடங்கியபோது மரப்பொந்திற்குள் அடைந்துபோன சப்தம் மீண்டும் நழுவி வெளியே கசிந்தது போலிருந்தது.

8

இந்தக் குழந்தைகளுக்கு என்ன ஆனது? மூத்தவன் ராஜனுக்கு நாப்பத்திரெண்டோ நாப்பத்தியொண்ணோ; இளைய மகன் உண்ணிக்கு முப்பது வயதாகிறது. ஆனாலும் குழந்தைகள் என்றுதான் இன்னமும் மனதால் நினைக்க முடிகிறது.

"என்ன நடக்கிறது?"

"ஒண்ணுமில்ல. வாய்வுப் பிரச்சனை"

"டைமோள் தரட்டுமா?"

மாத்திரை பற்றி தேவு சொன்னபோது, ஏதோ சின்னக் குழந்தையைப்பற்றிச் சொல்வது போலத் தோன்றியது. டைமோள் என்றால் 'டை மோளு'

இந்தக் குழந்தைகளைப் பற்றிப் பேசினால் மனசு பதறிப் போகும். இவர்கள்தான் சீரான வாழ்முறையைக் குலைப்பது. எல்லோருக்கும் தப்பிப்போகும். ஆனாலும் அவர்களுடைய குழப்பங்களைப் பற்றிக் கேட்டால் முதலில் கோபம் வரும். பிறகு மனசு மன்னிக்கும். அப்பா இருந்த நாட்களில் தன்னிடம்தான், தன் தீர்மானங்களில் மட்டுந்தான் அவர் எப்போதும் உறுதியாயிருந்தார்.

''டீ வைக்கட்டுமா?''

''வேணாம்''

''சின்னக் குழந்தைகளுக்கு அந்தக் கோல்காரன் வீட்டில் சாப்பிட ஏற்பாடு செய்திருக்கிறோம்''

அப்பா மிகப் பெரிய ஆளாகத்தான் இருந்திருக்கிறார். பிள்ளைகள் இப்போது என்ன நினைத்தாலும் சரி, அதுதான் நிஜம்.

இடிந்து குலைந்துபோன வீட்டில் ஒரு பெண்ணுக்குக் கணவனாய் கோவிலகத்தில் வெற்றிலை மடித்துக் கொடுக்க மட்டுமே ஒரு காரியஸ்தான் இருந்திருக்கிறான். ஒரு ஆணும் இரண்டு பெண்களுமாக குழந்தைகள் இருந்தார்கள். ஆண்பிள்ளை படித்தான். பட்டினி கிடந்து தினமும் பன்னிரெண்டு மைல்கள் நடந்து மெட்ரிக்குலேஷன் பாஸானான். நீங்கள் இது ஐம்பது வருடங்களுக்கு முன்பு என்பதை நினைத்துப் பார்க்க வேண்டும். பல வேலைகள் செய்து சம்பாதித்த பணத்தை அவரே வீண்டித்து, பல பெண்களோடு பழக்கம் வைத்து வாரிசுகளாகவும் இல்லாமலுமென பல பிள்ளைகளைப் பெற்றுக் கொண்டார். பழைய கூரைவீட்டை இடித்துக் கட்டினார். தென்னந்தோப்புகள் வாங்கினார். செல்வந்தனாய் வாழ்ந்தார். பணமில்லாத நாட்களிலும் பழைய பெருமிதங்களில் மூழ்கித் திளைத்தார். மரணம் சமீபிக்கிறது என்று தெரிந்தும் எதையும் பொருட்படுத்தவில்லை. ''கோபோல்டு'' கதிர்களைத் தனக்குள் ஏற்று, கறுத்துப்போன தன் உடலினுள்ளில் பிடிவாதமாக ஒளியை ஏற்றுக்கொண்டார். கடைசியில் இறந்து போனார்.

இவர்களுக்கு யாருக்கும் ஞாபகம் இருக்காது. அப்பா சிலோனிலிருந்து வரும்போதெல்லாம் ஊரில் திருவிழாதான். பெரிய பெரிய பெட்டிகளைச் சுமந்து கூலிக்காரர்கள் பின்னால் வருவார்கள். ஊர்க்காரர்கள் சிலர் கூடி வரவேற்கத் தயாராவார்கள். முகம் பார்க்க வருபவர்களுக்கு பணம், உறவுகளுக்கு துணிமணிகள், மச்சு வீட்டின்

மேல் ஊரின் முக்கியஸ்தர்களுக்கு ரகசியக் குடிவிருந்துகள், அடுக்களையில் எப்போதும் கறி வெந்து கொண்டேயிருக்கும். அந்த நாட்களிலான அப்பாவின் உருவம்தான் எனக்கு இன்றும் மனதில் தங்கியிருக்கிறது. அப்படியே இருக்கட்டும் எப்போதும் அதுதான் என் ஆசையாகவுமிருந்தது.

9

சத்தம் அகன்று போகப்போக எங்கேயோ என்று தோன்றியது. பக்கத்தில் வந்தபோது மெல்ல தூக்கம் கலைந்தது. கட்டிலில் திரும்பித்திரும்பிப் படுக்கும்போது கீழே விழாமலிருக்க அம்மா பக்கத்தில் அணைத்து வைத்திருந்த தலையணையில் கை பட்டது.

சத்தம் சரியாகக் கீழேயிருந்து வந்தது. அம்மாவின் சத்தம். அம்மா வீட்டுக்கு வந்திருந்த கல்யாணி அத்தையிடம் பேசிக் கொண்டிருக்கிறாள். இந்தப் பின்னிரவில், மெல்ல மெல்ல அவர்கள் பேசிக்கொள்வது எதைப் பற்றி?

யாரையோ குறை சொல்கிறார்கள் என்பது மட்டும் ஆறு வயதான உண்ணிக்குப் புரிந்தது.

"இப்படி இருக்கிறதை ஒன்றும் பெரிதாக எடுத்துக்கொள்ள வேண்டாம் கல்யாணி. வெளிவாசக்கதவு திறக்கும் சத்தத்தை நானே கேட்டிருக்கிறேன். பகலில் அந்தக் கதவு திறந்திருப்பதை யாராவது பாத்திருக்க முடியுமா? எப்பவும் அது பூட்டியேதான் இருக்கும். ஒருநாள் நான் சீக்கிரமே எழுந்து இடைவழியினுடாகச் சத்தமில்லாமல் போனபோது நின்னு பெருக்குறா. தரை முழுக்க சிகரெட் துண்டுகள்"

அத்தையின் குரல்,

''குழந்தை கீழ விழுந்துடுமா?''

''இல்ல, தலகாணிய முட்டுக் கொடுத்திருக்கேன்''

அப்போது உண்ணிக்கு சிரிப்பு வந்தது. அம்மா நான் தூங்குகிறேன் என்று நினைக்கிறாள். ஒரு விருந்தாளியாய் வந்த அத்தையும் அதை நம்புகிறாள். இவர்களுடைய ரகசியப் பேச்சை கேட்க வேண்டும். மிகவும் ஆழ்ந்து கேட்க முயற்சி செய்தும் கண் சொக்கிப் போனது. மீண்டும் எப்போதோ விழிப்பு வந்தபோது கீழே தரையிலிருந்து அம்மாவின் ரகசியக் குரல் கேட்டுக் கொண்டேயிருந்தது. கடவுளே இவங்க தூங்கவே மாட்டாங்களா?

ஆனால் தூக்கத்தில் பல அடுக்குகள் கடந்து மெதுவாக வந்துவிழும் வார்த்தைகளுக்கு ஒரு அர்த்தமும் தோன்றவில்லை.

''மறுபடியும் மறுபடியும் மேலே போவதும், மீண்டும் வந்து படுப்பதுமாக அந்த இரவைக் கடத்துகிறாள். கேட்டபோது வயித்து வலி என்கிறாள்.... நான் பரணில் ஏறிப்போனபோது மூலையில் புதிய மண்பாணை நிறைய பழைய துணி, அது முழுக்க ரத்தத்தில் தோய்ந்திருந்தது''

சத்தம் நீண்டு மறைந்தபோது மீண்டும் கண்கள் அடைந்து போனது. உறக்கத்திற்குள் ஆழ்ந்து போகும்போது அம்மாவின் மீது கோபம் வந்தது. மூன்று வருஷத்தில் காய்க்கும் மாங்காயை வெள்ளை மணலில் தேய்த்துத் தின்னும் குழந்தைகளைப் பற்றி கண்ட கனவுகள் என்னிலிருந்து அகன்றன.

''உண்ணி படுக்கறியா?''

கண் திறந்து பார்த்தால் எதிரில் தேவு அண்ணி.

''இல்ல நான் தூங்கல, தூக்கம் வரலை அண்ணி''

மாமரத்தடி பெஞ்சில் மல்லாந்து படுத்துக்கொண்டு பலதையும் ஞாபகப்படுத்தியபடியிருந்தேன். ராஜேட்டனும் அப்புயேட்டனும்

ஏதோ பேசிக் கொள்கிறார்கள். குட்டேட்டன் அப்போதும் வாசலில் நடந்து கொண்டிருந்தார்.

முன்பு எப்போதோ கேட்டு மறந்துபோன சப்தத்தின் மிச்சம் இப்போது திரும்பவும் வந்தது எப்படி?

என் ஆச்சர்யம் அதுகூட இல்லை. என் கட்டுக்குள் வராமலிருந்த வார்த்தைகள் இத்தனை நாளும் என்னைவிட்டு அகன்று நின்றன. யாரைப்பற்றி அம்மா அந்த இரவில் பேசிக் கொண்டிருந்தாள்? இப்போது அந்த வார்த்தைகளைச் சுற்றிலும் ஒரு ஒற்றனின் கதையை வேண்டுமானால் சிருஷ்டிக்கலாம். பரணில் மண்பானையில் ரத்தம் தோய்ந்த துணிக் குவியலில் ஒரு ரகசியத்தை மறைத்து வைத்த அந்த நாளின் நாயகி யார்?

உண்ணி எழுந்து மெதுவாய் நடந்தான். பெட்ரோமாக்ஸ் திரியின் பிரகாசம் மெல்ல மங்கி தீயின் பிழம்பு மட்டும் மிச்சமிருந்தது. யாராவது காற்றடித்து மீண்டும் சரி செய்ய வேண்டியிருக்கும். வராந்தாவில் ஓலையும் மடலும் அடுக்கி வைத்திருந்த மாட்டுத் தொழுவத்தின் முன் அந்த கும்மிருட்டில் உண்ணி போய் நின்றான்.

இதெல்லாம் முடிந்தவுடன் நாளை புறப்படவேண்டும். அவள் ஊரில் இருப்பாளா? இருந்தாலும் இங்கே வருவாள் என்ற நம்பிக்கை இல்லை. துக்கம் கேட்க ஆண்கள்தான் வருவார்கள். அவள் வீட்டிலிருந்துகூட யாராவது வந்திருக்கலாம்.

பலருக்கும் தெரியும். அவளுடைய கணவன் வேலை பார்க்கும் இடம், பேர், உத்தியோகம், குழந்தையின் பெயர். நான் யாரிடமும் அதைப் பற்றிக் கேட்கவில்லை. தெரிந்தவர்கள் யாரும் இந்தச் சுற்றுவட்டாரத்தில் இருப்பவர்களாகத் தெரியவில்லை.

அவரை ஒருமுறை பார்க்க வேண்டும் என்று நினைத்தேன்.

எப்படி துவங்குவது?

"நண்பரே..."

"ஒரு நிமிடம்..."

"நில்லுங்க..."

"உங்ககிட்ட ஒரு முக்கிய விஷயம் பேசணும்..."

முடியாது, எதையும் என்னால் சொல்ல முடியாது.

எப்போதாவது வேண்டுமானால் அவருக்கு ஒரு கடிதமெழுதலாம். உங்களுக்குப் பழக்கமில்லாத புதியவன் நான் என்ற முன்னுரையுடன் எழுதவும் பிடிக்கவில்லை.

உங்களுக்குத் தெரிந்திருக்கும். அவளைப் பற்றி கேட்டும் கேட்காமலும் தங்கிவிட்ட அவப்பெயர்களின் நாயகனான என்னைப் பற்றி...

அவளைத் தெரிந்திருந்த காலங்களில் பெண் எனக்குப் புதுமையானவளாகயிருந்தாள். காதல் வேதனைமிக்க ஒன்றாகயிருந்தது. (இப்போது இந்த வார்த்தைகள் எனக்கு அருவெறுப்பை உண்டாக்குகிறதென்பதையும் சொல்லித்தானாக வேண்டும்) நான் சொல்ல விரும்புவது எங்கே என் வார்த்தைகள்? காதலுக்கும் வேதனைக்குமென வேறுவேறு வார்த்தைகள் இருக்கிறதா என்ன?

பழகிப்போன இந்த வார்த்தைகளைக் கடிதத்தில் பயன்படுத்த முடியுமா?

என் நண்பனே, என்னை நம்புவாயா? அவளுக்கு ஒன்றும் நேர்ந்து விடவில்லை. இப்போது அவளுக்கும் அர்த்த சூன்யம் என்று தோன்றும்படியான அன்றைய ஒரு பைத்தியக்காரத்தனமான இளைஞனுக்குள் இருந்த நம்பிக்கையைத் தவிர.

என்னால் முடிந்திருக்குமானால் இன்றும்கூட உங்கள் குடும்பத்திற்காகப் பிரார்த்திப்பேன். என்றாவது ஒருநாள் என் மனசு பிரார்த்திக்கத் தயாராகலாம். எப்போதாவது... காரணம் சமீபத்தில் யாரோடும் வெளிப்படுத்த முடியாத ஒரு ரகசிய மோகத்தை எனக்குள்ளே அடைகாத்து வருகிறேன்.

'நான் கடவுளைப் பார்க்க வேண்டும்'

10

எனக்கு ஒரு குதிரைப்பவுன் வேண்டும். பவுனுக்கும் குதிரைப் பவுனுக்கும் வித்தியாசமிருக்கிறதா? அன்றும் எனக்குத் தெரிந்திருக்கவில்லை. குழந்தைப் பருவத்தில் அம்மாவோ வேறு யாரோ தங்கள் ஆபரணங்களின் கணக்கு சொல்லும்போதுதான் குதிரைப் பவுன் என்ற வார்த்தையை முதன்முதலாய் கேட்டேன். நானும் ஒரு குதிரைப் பவுன் வாங்க முடிவெடுத்தேன். எப்போதும் வரவும் செலவும் திட்டமிடும் நாட்கள் அவை.

வலி ஆரம்பிக்கிறது என்று தோன்றியவுடன் நர்சிங் ஹோமிற்குப் போகலாம். அவளுக்குத் தெரியாமல் நான்கைந்துமுறை மிஸஸ். வர்கீஸின் நர்சிங் ஹோமிற்குப் போனேன். அறைகளைப் பார்த்துவிட்டு வந்தேன். செலவுகளை மனதில் கணக்கிட்டுப் பார்த்தேன். தெற்கு அறைதான் நல்லது. முன்னால் வராந்தாவின் ஒரு மூலையில் கொஞ்சஇடம் அந்த அறையில் மட்டுமேயிருந்தது. எப்போதும் பகலில் உள்ளே வந்து உட்கார்ந்திருக்கும், இரவில் வெளியே வந்து போர்வை விரித்துப் படுக்கும் நோயாளிகளின் உறவுக்காரர்களின் தொந்தரவும் அங்கில்லை.

அலுவலகம் முடிந்து ஒரு மாலையில் பாதையோரமாக நடந்து போகும்போதுதான் குதிரைப் பவுனின் நினைவு மீண்டும் வந்தது.

மயக்கம் தெளிந்து கண் திறந்து சிரித்துப் படுத்திருக்கும்போது அவளை ஆச்சரியப்படுத்த வேண்டும்.

பலமுறை நான் அவளை ஆச்சர்யப்படுத்தியிருக்கிறேன். பத்து பன்னிரெண்டு வருடங்களாக பழகின அவளை ஒரு நாள் வழி மறித்துக் கூப்பிட்டேன்.

''சாரதா நில்லு''

வரப்புகளில் புல் பறித்து, சின்னக் கூடையில் வைத்துத் தூக்கிக் கொண்டு நடந்த சாரதா சட்டென நின்றாள்.

''நான் கல்யாணம் பண்ணிக்கலாம்னு முடிவு பண்ணியிருக்கிறேன்''

அவள் முகத்தில் எந்தச் சலனமுமில்லை. வெட்கப்படவில்லை. படபடப்பு இல்லை. கிராமத்து முதிர்ந்த பெண்ணைப் போல சொன்னாள்.

''அதுக்கென்ன? ராஜேட்டனுக்குத் திருமணம் செய்யும் வயசாயிடிச்சே''

அதற்கும் மேல் ஏதாவது கேட்பாள் என நானே நினைத்தேன். அவள் மௌனமாக மீண்டும் நடந்தபோது கொஞ்சம் கோபத்துடன் அவளை நடுங்க வைக்க முடிவு செய்தேன்.

''நான் உன்னைக் கல்யாணம் பண்ணிக்கறேன்னு சொன்னேன்''

சொல்லிவிட்டு யாரிடம் என்றில்லாமல் சிரித்தபடி நடந்தேன்.

அவள் நின்றாள். திரும்பிப் பார்க்கவில்லை. காதல் கதைகளில் கேட்டது போல அவள் கண்களில் நட்சத்திரம் ஜொலிக்கிறதா? வெட்கத்தால் கன்னங்கள் சிவக்கிறதா என்றெல்லாம் பார்க்காமல் ஒரு பாடலை முணுமுணுத்தபடி நடந்தேன். எப்போதும் சிடுசிடுத்தபடி இருக்கும் அம்மா இயல்பாய் இருந்தாளென்றால் என்னைக் கோமாளி என்றுகூடச் சொல்லியிருப்பாள்.

அம்மா நடுங்கினாள். பலரும் நடுங்கினார்கள். ஒருவேளைகூட அடுப்பெரியாத வீட்டிலிருந்து பெண்ணா? அவள் அம்மாவுக்கு வாசல் பெருக்கிக் கூட்டும் வேலை. புடவை கட்டி அறியாத பெண். எழுதவும், எழுத்துக்கூட்டிப் படிக்கவும் தெரிய ஆரம்பித்தபோது படிப்பை நிறுத்தி சமையல் வேலைக்குப் போனவள். நம் ‘வடக்கேடத்து’ ராஜனுக்கு என்ன ஆச்சு?

அவளுக்குப் புடவை கட்டக் கற்றுக் கொடுத்தேன். நடக்கக் கற்று கொடுத்தேன். ஒன்றாய் வாழ ஆரம்பித்தபோது ஒவ்வொரு பாடமும் ஓர் ஆச்சர்யமாக இருந்தது அவளுக்கு. இப்படி சாப்பிடக்கூடாது, வேறு ஆட்கள் இருக்கும்போது கொஞ்சம் கொஞ்சமாக பறவைகள் கொத்தித் தின்பதைப் போல, ஆனால் நல்லாவும் சாப்பிடணும். அதுதான் நாகரீகப் பெண்கள் சாப்பிடும் முறை.

ஆறு மாதத்திற்குப் பிறகு அவள் என் பின்னால் தலை நிமிர்ந்து நடந்து கிராமத்துக்கு வந்தாள். இடையிடையே முகம் திருப்பாமல் பின்னால் உபதேசங்கள் சொன்னபடியேயிருந்தேன். அதிகமாக தலை உயர்த்தி நடக்கக் கூடாது. அகங்காரி என்று நினைப்பார்கள். அதிகம் தலை குனியக்கூடாது. அது மற்றவர்களுக்குச் சில பழமொழிகளை சொல்லத் தோன்றலாம். ‘அட்டைப்பூச்சியைப் பிடித்து படுக்கையில் போட்டது போல’ என்றெல்லாம் பேசுவார்கள். திட்டமாகத் தலை உயர்த்தி நட. ஆட்களின் கண்களுக்குக் கொஞ்சம் மேலே பார்க்கலாம். பார்க்காதது போல எல்லாவற்றையும் பார்க்கவேண்டும்.

அவள் சிரிப்பை மறைக்க ரொம்ப சிரமப்பட்டாள்.

இன்னுமொரு ஆச்சரியத்தை அவளுக்குக் கொடுக்கத்தான் குதிரைப் பவுனின் விஷயத்தை நினைத்தேன்.

இந்த முறை ஆச்சர்யப்படப்போவது அவளல்ல. உலகின் ஒளியைப் பார்த்தவுடன் துள்ளும் பஞ்சுப் பொதியின் உள்ளே இருப்பது போன்ற இரண்டு குட்டிக் கண்கள்தான்.

அது ஆணா? பெண்ணா?

அதைப் பற்றிக் கவலை வேண்டாம். ஒரு புது ஜீவன். நடைமுறைகளைப் பற்றி விசாரித்தேன். இல்லை உடனே பார்க்க அனுமதிக்க மாட்டார்கள். குளிக்க வைத்து சில நிமிடங்களுக்குப் பிறகு வெள்ளைத்துணி போர்த்திக்கொண்டு வருவார்கள். பார்த்துக் கொண்டிருப்பவர்கள் ஆச்சரியப்பட்டுப் போவார்கள். என்னைத்தவிர வேறு யாரையும் உள்ளே விடக்கூடாது என்று நர்சிடம் சொல்லிவைக்க வேண்டும். என்னைத்தவிர மற்ற யாரையும் எதற்காகவும்...

மிஸஸ்.வர்கீஸ் டாக்டராக இருப்பதால் எப்போது வேண்டுமானாலும் உள்ளே வரலாம். இல்லை. தொட மாட்டேன், தூக்க மாட்டேன். மெதுவாக... மிக மெதுவாக... சிறிய இதழ்கள் போல இருக்கும் அப்பிஞ்சு விரல்கள் திறந்து அதில் ஒரு பவுனை வைக்க வேண்டும்.

வருடங்கள் கடந்தபிறகு மகளிடம் அல்லது மகனிடம் சொல்ல வேண்டும். 'உனக்கு ஞாபகம் இருக்காது. இன்று என்னிடம் காசில்லாமல் போகலாம். அன்று நீ பிறந்து விழுந்தபோது உன்கையில் நான் என்ன தந்தேன் என்று ஞாபகம் இருக்கிறதா? ஒரு குதிரைப் பவுன்'

பெரிய பாக்கெட் வைத்த கதர் பனியன் போட்ட வியாபாரி மூத்தானுக்கு, என்னை ஒரு நண்பன் அறிமுகப்படுத்தினான். 'வேறு ஒருவருக்குப் பரிசு தர பவுன் வேண்டும். ஆறு மாதத்தில் தவணைகளாகப் பணம் தருவேன்' என்று சொல்லிவிட்டு அந்த நாட்களுக்காக, அந்த நிமிடத்திற்காக யாரும் வராத வராந்தாவின் மூலையில் காத்திருந்தேன்.

நேரம் போகப்போக அமைதியற்ற மனநிலை என்னைச் சூழ்ந்து கொண்டது. அதை வெளிக் காட்டாமல் நடந்தேன். சிமிண்ட் தரையில் தேயும் செருப்பின் சத்தம் அருகே வந்தது.

"மன்னிக்கவும்"

''என்னிடமா? ஏன்?''

''மன்னிக்கவும். பயப்பட வேண்டாம். ப்ளீடிங் அதிகமாயிருக்கு'' உள்ளே எங்கேயோ கேட்கும் காலடிச் சத்தங்களின் வேக வித்தியாசங்களுக்கு வேறு ஏதோ அர்த்தங்களை உணர முடிந்தது.

மன்னிக்கிறேன். மீண்டும் மன்னிக்கிறேன். ரத்தம் பார்க்க என்னால் முடியாது. சாலைவிபத்து நடந்துவிட்டது என்று அறிந்தால் வேறுபக்கம் சென்றுவிடுவேன். ஒரு விபத்தை நேராகப் பார்க்க என்னால் முடிந்ததில்லை. சின்ன வாடகை வீட்டின் குளியலறையில் ரத்தக்கறை தோய்ந்த உள்பாவாடைக கிடப்பதைப் பார்த்து வாந்தி எடுத்திருக்கிறேன். அவள்மீது எரிச்சலடைந்திருக்கிறேன்.

அப்போது நர்ஸ், ''இன்னும் ப்ளீடிங் நிற்கவில்லை'' என்கிறாள். ரத்தம் தேங்கிய பேசின்களும், பஞ்சுப் பொதிகளும் வெள்ளைத் துணிகளும் மனதில் வராமலிருக்க, என் சரீரம் நடுங்கிக் கொண்டிருந்தது.

''வெயிட், She is bleeding'' என்ற வார்த்தைகளுக்கு வேறு அர்த்தங்கள் இருக்கிறதா?

மீண்டும் யாரோ வந்தார்கள். என்னென்னவோ சொன்னார்கள். அப்போது சிமெண்ட் தரை என்னைச் சுற்றிலும் மிதப்பதாகத் தோன்றியது. மெல்லிய வெள்ளைத்துணி போல, மயக்கத்தின் அலை சரீரத்தைக் கடைசியாகத் தழுவும்போது என் பாக்கெட்டில் சின்ன டப்பாவில் பச்சைக் காகிதத்தில் சுற்றப்பட்டு மின்னும் ஒரு சின்னப் பொன்னிருக்கிறது என்பதை மட்டும் சொல்ல நினைத்தேன்.

அந்தப் பொன்னிறத்திற்குள்ளாக ஒரு துக்கத்தை எனக்காக யாரோ பொதிந்து வைத்திருந்தார்கள்.

''ராஜன் தூங்கியாச்சா?''

''இல்ல. சும்மா உக்காந்திருக்கிறேன்'' அண்ணன் பக்கத்தில் வந்தபோது நான் எழுந்திருந்தேன்.

"வேணும்னா படுத்துக்கோ"

"வேணாம்"

உண்ணி பெஞ்சின்மேல் மல்லாந்து படுத்துக் கிடக்கிறான். அவன் தூங்கவில்லை. ஆனாலும் கண் திறந்து தூங்குகிறான் என்றே பார்ப்பவர்களுக்குத் தோன்றும்.

உள்ளே அப்பாவின் உடல் கிடத்தப்பட்டிருக்கிறது என்பது என் மனதிலிருந்து அகன்றே போயிருந்தது. லேபர் வார்டின் வெளியே கட்டிலில் விரித்திருந்த வெள்ளைத் துணியில் பொதிந்த உருவத்தின் நினைவு மட்டுமே மனதில் தங்கியிருந்தது.

இந்த இரவு முடிவுறாது என்று நம்பினேன். ஒரு சம்பிரதாயமாகவாவது தூங்காமல் இருக்க வேண்டும். சவ அடக்கம் முடிந்து, பிண்டம் வைத்து, சாப்பாட்டு, துக்க நாட்கள் முடிந்து, தயக்கத்துடனும் சோர்வுடனும் ஆட்கள் வீட்டிலிருந்தபடி ஏதேதோ பேசிக்கொண்டிருப்பார்கள். அதாவது,

"என்ன நான் சொல்றது? மண்ணில் இறக்கிப் படுக்க வெச்சிருக்கோம். பிள்ளைகள் மேலே போய் படுத்துத் தூங்குகிறார்கள்" என்பது போலப் பேசுவார்கள்.

அப்போது ஆச்சாரங்களுக்குத் தகுந்தபடி நடிக்க வேண்டிய நாடகக் காட்சியின் ஒரு பகுதிதான் இது. இருண்ட தாழ்வாரங்களில் எங்கேயோ வாசல் அரங்கத்தில் கண் குத்தி விமர்சகர்கள் பலர் பார்த்துக் கொண்டிருக்கலாம்.

உண்ணி எழுந்து வந்து கேட்டான். "நாம அந்தப் பெட்டிகளைப் பாக்கலாமா?"

"எந்தப் பெட்டிகள்?"

"அப்பாவின் பெட்டிகள்"

அப்புவும் அப்போது அருகே வந்தான்.

''அதிலென்ன இருக்கும்?''

''சம்பாதித்ததொன்றும் இருக்காது. சில முகவரிகள் இருக்கலாம்''

''பாஸ் புத்தகங்கள் இருக்கலாம் இல்லையா? முன்பெல்லாம் அப்பாவிற்கு வங்கிக் கணக்குகள் இருந்தன. திருச்சூருக்கு செக் மாற்றப் போவதென்பது அப்போதெல்லாம் அவருக்கு ஒரு குதூகலமாகவே இருந்தது''

உண்ணிக்கு சந்தேகமேயில்லை. ''ஒரு ரூபா வைத்திருந்தால் பத்து ரூபா வைத்திருப்பது போலக் காட்டிக் கொள்வார் அப்பா. அதுதான் அவரோட குணம். கடைசிக்காலம் பற்றி நமக்குத் தெரியாதா என்ன?''

''இருந்தது எல்லாவற்றையும் அங்கேயே கொடுத்து, கைகழுவிவிட்டுதான் இங்கு வந்திருப்பார் இல்லையா?''

அப்பு என்னிடம்தான் சொன்னான். நாங்கள் வளர்ந்தபிறகு அங்கே போய் வந்திருப்பது நான் மட்டும்தான்.

''எனக்குத் தெரியாது''

''ராஜேட்டன் போனபோது?''

நான் ஒன்றும் பேசவில்லை.

பத்தொன்பது வருஷங்களுக்கு முன் நிகழ்ந்த முதலும் கடைசியுமான வெளிநாட்டுப் பயணம்.

''எனக்கு ஒருமுறை போக ஆசையாயிருக்கு. வேற ஒண்ணும் பார்க்க வேண்டாம். மாதவன் மாமா இருந்தால், அவரை மட்டுமாவது பார்க்க வேண்டும் எனக்கு''

உண்ணிக்கும் ஆசையாகத்தானிருந்தது. அவனுக்கு எல்லோரையும் பார்க்க வேண்டும் போலிருந்தது.

''அந்த... அந்த லீலா என்னைவிடச் சின்னவளா, பெரியவளா?''

அண்ணன் கூட்டத்தில் போய் சப்தமெழுப்பாமல் உட்காருகிறார். நான் சொன்னதைக் கேட்டு லேசாய் மூக்கை உறிஞ்சிக் கொண்டார்.

உண்ணியைவிட ஒன்றிரண்டு வயது பெரியவள்தான், அவள். சிறுபிள்ளையாய் இருந்த நாட்களில் அப்பாவுடன் வந்தபோதுதான் எல்லோரும் பார்த்திருக்கிறார்கள்.

சிலோனில் இருபத்தியிரண்டு நாட்கள் ஒரே சாலையின் இரு புறங்களிலும் தங்கியிருந்தோம். ஆனால் யாரையும் பார்க்கவில்லை.

அப்பாவுடன் வந்த பெண் குழந்தை, அம்மாவையும் அப்பாவையும் இழந்த, சிலோனில் அப்பாவின் பக்கத்து வீட்டுக்காரருடைய சிங்களக் குழந்தைதான் என அம்மாவும் முதலில் நம்பினாள். எல்லோரும் நம்பினார்கள். பிறகுதான் சமையலறையின் மூலைகளில் ரகசியப் பேச்சுகள்... கசிந்தது. சிலோனிலிருந்து அப்பாவுடன் வந்த காரியஸ்தர்களில் யாரோ, சந்தேகங்களின் விதைகளை வெளியே எடுத்துத் தூவினார்கள். அதன்பிறகு என்னென்னவோ பிரச்சனைகள் வீட்டுக்குள் நடந்தன. சண்டையும் சச்சரவும் நடந்த அந்த இரவைப் பற்றி உண்ணிகூட எழுதியிருக்கிறானாம். நான் படித்ததில்லை. அந்தக் குழந்தையையும் கூட்டிக்கொண்டு அப்பா வீட்டைவிட்டு இறங்கிப் போவதுவரை, பிரச்சனைகள் ஓயவில்லை.

என் கதை அங்கேயிருந்துதான் ஆரம்பிக்கிறது. எழுதாத கதை அது.

பழைய முகவரிகளைத் தேடிப்பிடித்து அந்தப் பெண்ணைக் கண்டுபிடிக்கும் காட்சியை உண்ணி விவரித்தான்.

பிறகு அவளிடம் கேட்பான், ''என்னைப் பார்த்தது ஞாபகம் இருக்கா? நான்தான் உண்ணி. உண்ணி மாதவன். கெ.என்.நாயரின்

மகன்''

அப்புவின் ஆசை மாதவன் மாமா உயிரோடு இருந்தால் அவரை ஒருமுறை பார்க்க வேண்டும். கட்டம் போட்ட லுங்கியும் கொம்பு மீசையும், இடுப்பில் சொருகி வைத்த கத்தியுமாக இருண்ட ஏதோ மாடத்தில் உட்கார்ந்திருக்கும் அந்தப் போக்கிரியின் முன் சட்டெனப் போய் நின்று ''நான்தான் அப்பு'' என்று சொல்ல வேண்டும்.

எனக்கான கனவுகளில் எந்தக் காட்சிகளுமில்லை. இருபத்தைந்து நாட்கள் நீண்ட என் வெளிநாட்டு அலைச்சல் இப்போதும் ஒரு பழங்கதையாய் மனதில் தங்கி மீதமிருக்கிறது.

''குவாரன்டைனில்'' அகலம் குறைந்த மரக்கட்டிலில் படுக்கும்போது கடலின் சத்தம் கேட்கும். காலராவுக்கும் அம்மைக்கும் தடுப்பூசி போட்ட கை வலிக்கிறது. வெளியே காற்றடிக்கும்போது குளிர் நடுங்க வைக்கிறது. பனியனுக்குள்ளாக கைவைத்துத் தொட்டுப் பார்த்தேன். வேர்க்கிறது. ஜுரமும் அடிக்கிறது. உடம்பு முழுக்க வலி. ஆனாலும் கடலின் சத்தம் மனதில் ஆவேசமாக வளர்ந்தெழுகிறது. இந்தியாவின் எல்லையில் வந்து சேர்ந்திருக்கிறேன். சில மணி நேரங்களில் ஸ்டீமர் ஏறிவிடலாம். ஒருவேளை பல வருடங்களுக்குப் பிறகுதான் நான் திரும்ப வேண்டியிருக்கும். உத்தியோகஸ்தனாக, பணக்காரனாக, கௌரவம் மிக்கவனாக பல வருடங்களுக்குப் பிறகு திரும்பி வருவேன்.

மண்டபம் கேம்ப்பில் இரவில் ஊரைவிட்டுக் கிளம்பும் இளைஞர்கள் படும்பாடு ஏதும் எனக்கில்லை. இங்கே எந்தக் காதலியும் எனக்காகக் காத்திருக்கவில்லை. இண்டர்மீடியட்டில் பெயிலாகி வேலைக்காக அலைந்த நாட்களைப் பற்றி இருக்கும் கசப்பு மட்டுமே என்னிடமிருந்து பிரிவதற்காய் காத்திருக்கிறது.

நேரத்திற்கு முன்பே வந்து சேர்ந்த ஆபீஸ் வராந்தாக்கள், முதலில் பேண்ட் போட்ட அசௌகரியம், யூரினரியிலிருந்து வெளியே

வந்தபோது மஞ்சள் நிறமாகிப் போன பேண்ட்டின் முன் ஈரமானதைப் பார்த்ததும் ஏற்பட்ட அருவெறுப்பு இன்னும் அகலவில்லை.

இருட்டிற்கும் மொழியிருக்கிறது என்று தோன்றுகிறது. பக்கத்தில் விரிந்து கிடக்கும் கடலின் இருளிற்குத் தனிமொழி உண்டென்று தோன்றுகிறது. நேர்காணல் முடிவுகளைத் தாங்கி வரும் கார்டுகள் ஒரே நிறமாகத்தான் இருந்தன. அச்சடித்த வார்த்தைகள் பெரும்பாலும் ஒரே மாதிரியாகவே இருந்தன.

அம்மாவிடம்கூடச் சொல்லாமல்தான் அப்பாவிற்குக் கடிதம் எழுதினேன். இங்கே வேலை கிடைப்பது கஷ்டம். அங்கே உங்கள் செல்வாக்கை உபயோகித்து எனக்கு ஒரு வேலை வாங்கித் தர முடியும் இல்லையா?

நான்காவது வகுப்பு முடித்தவர்கள்கூட சிலோனுக்குப் போகிறார்கள். ஊருக்குப் பணம் அனுப்புகிறார்கள். மெல்லிய கரை வைத்த கோடி டபுள் வேட்டியும் பாப்லின் சட்டையும், சிகரெட் மணமுமாக ஒவ்வொரு முறையும் மாப்பிள்ளைபோல ஊரில் வந்து இறங்குகிறார்கள். அப்போது நான் இண்டர்மீடியட்டில் ஐந்து மார்க் வித்தியாசத்தில் தோற்றுப்போன இளைஞனாக இருந்தேன்.

அப்பாவின் பதில் சுருக்கமாக இருந்தது.

ப்ரியப்பட்ட ராஜனுக்கு,

உன் கடிதம் கிடைத்தது. பிறகு வழக்கமான வார்த்தைகள். கடவுளின் ஆசீர்வாதத்தால் நீங்கள் எல்லோரும் நலமாக இருப்பீர்கள் என்று அறிந்து மகிழ்ச்சி அடைகிறேன்.

பிறகு வேலையைப் பற்றி, இப்போது இங்கு முன்பு போல வேலை அத்தனை சுலபமில்லை. ஊரிலேயே ஏதாவது பார்ப்பதுதான் உனக்கு நல்லது'

''யார்ட்டயிருந்து கடிதம் வந்திருக்கு?'' அம்மா கேட்டாள்.

"அப்பாகிட்டயிருந்து"

"ம்..."

"விசேஷமா ஒண்ணுமில்ல"

"பணம் பற்றி ஏதாவது எழுதியிருக்கிறாரா?"

"இல்லை"

மீண்டும் கடிதமெழுதினேன். தோல்வியடைந்த என் நேர்காணல்கள் பற்றி எழுதினேன். அதற்கான பதில்களில் விசாரித்து ஏதாவது நல்ல தகவல் கிடைத்தால் எழுதுகிறேன் என்றிருந்தது. அந்தக் கடிதத்திலும் பணத்தைப் பற்றி எதுவுமில்லை. பணம் வந்து ஐந்தாறு மாதங்கள் ஆகிவிட்டன. கடவுளின் ஆசீர்வாதத்தால் நாங்கள் எல்லோரும் சுகமாக வாழ்கிறோம் என்று அப்பா நினைக்கிறார்.

வேலைக்கு முயற்சி செய்யும் விஷயம் பற்றி அம்மாவிடம் சொன்னேன். அம்மா ஒன்றும் பேசவில்லை. மறுபடியும் ஒருமுறை இது பற்றிப் பேசியபோது 'குட்டேட்டன்கிட்ட பேசிட்டு சொல்றேன்' என அம்மா சொன்னாள்.

கடைசியாக ஒரு துர்சகுன நிமிடத்தில் அம்மா சம்மதித்தாள்.

"எத்தனை பேர அங்கக் கூட்டிட்டுப் போயி ஆக்கிப் போட்டிருக்கேன்? ஒண்ணுத்துக்கும் ஒதவாததெல்லாம் வீட்டுக்கு மாசாமாசம் இருநூறும் முன்னூறும் அனுப்புதுங்க. அவனவன் பிள்ளைகளுக்குச் செய்யணும்னா முடியல. அப்படித்தான் வரும். எல்லாம் என் கெரகம்"

காய்ச்சலின் குளிரிலும் வியர்வைக்குமிடையில் அம்மா சொன்னதெல்லாம் ஞாபகம் வந்தது. முதல் சம்பளம் வாங்கியவுடன் அத்தியாவசியமாய் சில பொருட்கள் வாங்கி, அம்மாவுக்கு அனுப்ப வேண்டும். அதற்குப் பிறகு ஒருமுறைகூட அப்பாவைத் தொந்தரவு செய்யக்கூடாது.

என் மனதில் எப்போதும் அம்மாவின் அர்த்தம் பொதிந்த வாசகம் ஒன்றுண்டு. ''அங்க உங்க அப்பாவுக்கு நெறைய செலவிருக்கு''

அப்பாவின் அனுமதிக்காகக் காத்திருக்காமல், அவருக்கு ஒரு தந்தி கொடுத்துவிட்டுப் புறப்பட்டேன்.

முதல் கடல் பயணம். காய்ச்சல் அதிகம் இருந்ததால் ஒன்றும் சாப்பிடவில்லை. சாந்தமான கடல். ஆனாலும் வாந்தி எடுத்தேன். துர்நாற்றத்துடனான மஞ்சள்நீர் வயிற்றைப் புரட்டிக்கொண்டு வந்தது. சக பயணிகள் பலமுறை தனுஷ்கோடிக்கும் தலை மன்னாருக்குமிடையில் போய் பழக்கமுள்ளவர்களாக இருந்தார்கள். அவர்களுள் ஒரு முதியவர் எலுமிச்சம்பழம் தந்தார்.

பழைய படங்களின் பல நினைவுகளும் மங்கிப் போயிருக்கின்றன. பயணத்தில் பார்த்த முகங்கள் மீண்டும் நினைவில் கொண்டுவர முடிபவையல்ல. மங்கிய இருட்டில் குவாரன்டைனில் படுத்து ஓர் இரவு மட்டும் பார்த்த, எலுமிச்சம்பழம் தந்த நரை ஏறிய, வட்டத் தாடியுடன் கூடிய முதிய முகத்தை மனத்திரையில் கொண்டுவர முயல்கிறேன். அதுமட்டும் தெளிவாய்த் தெரிகிறது.

அடிகண்ணாவ, அடிகண்ணாவ. பலமுறை கடிதங்களில் விலாசம் எழுதியதால் ஒருபோதும் அப்பாவின் இடத்தின் பெயர் மறந்து போகாமல் மனதுக்குள் தங்கிவிட்டது.

சின்ன ஸ்டேஷனில் ரயில் நின்றபோது இதுதான் அப்பா இருக்கும் இடமென்று நான் நினைக்கவில்லை. நினைத்ததுபோல பெரிய நகரமில்லை. பெரிய ஸ்டேஷனுமில்லை. நல்ல வேலையாக யாரிடமோ ஸ்டேஷனின் பெயர் கேட்டதால் அங்கு அவசர அவசரமாய் இறங்க முடிந்தது. பெட்டியும் கையுமாக ப்ளாட்ஃபார்மில் நின்றபோது எனக்கு மூச்சு வாங்கியது. தலை சுற்றியது.

சுற்றிலும் பார்த்தேன். அண்ணன் சரியாகக் கணக்கிட்டு நான் சேரும் தேதியையும் உத்தேசமாக நேரத்தையும்கூடச் சொல்லி அப்பாவுக்குத்

தந்தி அடித்திருந்தான். அதனால் அப்பா ஸ்டேஷனுக்கு வந்திருப்பார். எவ்வளவு கூட்டத்திலும் நல்ல உயரமான அப்பாவின் வழுக்கை ஓடிய தலை மேலே தெரியும். தடித்த பிரேமிட்ட கண்ணாடி அணிந்த அப்பாவின் முகத்தை எல்லாத் திசைகளிலும் தேடினேன். இல்லை. அப்பா வரவில்லை என்பதை என்னால் நம்பவே முடியவில்லை. ஊரிலிருந்து வந்திருக்கும் வேலையாட்கள் யாரையாவதுகூட அனுப்பியிருக்கலாம். அவர்களுக்கு என்னை அடையாளம் தெரிந்துகொள்ள சிரமமிருக்கலாம். ஒருவேளை வெளியே வந்தபின் எனக்காக காத்திருந்தவர்கள் பார்வையில் படாமல் போய்விட்டால் என்ன செய்வதென்று சற்று நேரம் காத்திருந்தேன். வண்டி புறப்பட்டது. ப்ளாட்ஃபார்ம் காலியானபோது புதிய தேசத்தை முதலில் கண்டு அச்சம் கொண்ட முகத்தோடு வெளியே வந்தேன். பரிச்சயமற்ற மொழியில் ஏற்படும் எழுத்துப்பிழை போல யார் கண்ணிலும் படாமல் நான் தனித்து நின்றேன்.

இதுதான் அடிகண்ணாவவா? அல்லது வேறொரு பெரிய நகரம் இந்தப் பெயரில் சிங்களத்தில் வேறெங்காவது இருக்குமா? பக்கத்து கேபினிலிருந்து இறங்கி வந்த ரயில்வே ஊழியரிடம் எனக்குத் தெரிந்திருந்த ஆங்கிலத்தில் விசாரித்தேன். "எக்ஸ்க்யூஸ் மீ" என் குரல் கேட்கவில்லை. இரண்டடி முன் வைத்து மீண்டும் சொன்னேன். இப்போது தேவைக்கும் அதிகமாக உயர்ந்து ஒலித்தது. ரயில்வே ஊழியர் நின்றார்.

"இதுதான் அடிகண்ணாவவா?"

"ஆமாம்"

"இதைவிடப் பெரிய அடிகண்ணாவ இருக்கிறதா?"

"இல்லை. இதுதான் அடிகண்ணாவ"

"எனக்கு மூர் ஸ்ட்ரீட்டின் எண்பதாம் நம்பர் வீட்டுக்குப் போக வேண்டும்"

நான் நிற்பது வெளிநாடு என்பது சட்டென மறந்துபோனது. சிங்களத்தைவிட அதிகமாக தமிழ்தான் எங்கும் வியாபித்திருந்தது. எண்பதாம் எண் மூர் ஸ்ட்ரீட்டில் கொண்டு விடுவேன் என்று சிங்களனான அந்த ரிக்ஷாக்காரர் சொன்னார். சிவந்து நரைத்த முடியும் மீசையும், பெரிய சிவப்புக்கட்டம் போட்ட லுங்கியுடனும், கழுத்தில் கோர்த்திருந்த வெள்ளிச் சிலுவையுடனும் அவர் என்னைத் தன் ரிக்ஷாவில் உட்காரவைத்து மெல்ல ஓட்டிப்போனார்.

ஒரு திருப்பம், மற்றொரு திருப்பத்தைக் கடந்தபின் அந்த ரிக்ஷாக்காரர் அகலமான ஒரு தெருவோரத்தில் மெல்ல வண்டியைச் செலுத்தினார். அழுகி மீந்துப்போன காய்கறிகள் சிதறிக் கிடக்கும் மார்க்கெட்டின் முன்னால் நாங்கள் போனபோது நகரம் ஒளியூட்டப்பட்டது. அப்படியே அது என்னையும் வரவேற்றுப் புன்னகைத்தது.

தூசு படிந்த சாலையில் இருபக்கக் கடைகளையும் நிதானமாகப் பார்த்தேன். தெரியாத நகரில் வந்து சேர்ந்த பயணியை வழி தவறவிட்டு... இல்லையில்லை. அப்படிச் செய்யமாட்டார்கள். மணி சேஞ்ச் கவுண்ட்ரில் மாற்றிய இருபத்திமூன்று சிலோன் பணம் மட்டுமே என் கையில் இருக்கிறது.

காய்ச்சல் அதிகரித்ததால் மனித நிழல்களும் தெளிவில்லாத சத்தங்களும் புரண்டு கிடக்கும் இந்த நகரம் குறித்து ஒன்றும் புரிபட மறுக்கிறது. பயப்படுகிறேனா? ஒரு முட்டாளைப் போல நான் என்னிடமே கேட்டுக் கொள்கிறேன். இருபத்தி மூன்று ரூபாய்க்காக சிலோன்காரன் ஆளைக் கொல்வானா?

பயப்பட வேண்டிய நேரமாகிறதோ என்று மனக்கவலை படரத் தொடங்கியபோது ஒரு ரெஸ்டாரெண்டின் போர்டில் மூர் ஸ்ட்ரீட் என்ற பெயரைப் பார்த்தேன். சரியான வழியில் தான் பயணிக்கிறோம் என்ற நிம்மதி பரவியது.

எண்பதாம் எண்ணிற்கு முன்பாக வண்டி நின்றது. பெரிய போர்டில் ''நாயர் அண்ட் கம்பெனி'' என்ற பெயர்ப்பலகை தென்படும் என்று நினைத்தேன். வாசலில் காவலாளி இருப்பானென எதிர்பார்த்தேன். சின்ன முதலாளிக்காகக் காத்திருப்பவர்கள் ஆச்சர்யமும் சந்தோஷமுமாக இரு பக்கமும் நிற்பார்கள் என்று மனதிற்குள் ஒரு காட்சி ஓடியது. கடையின் முன்னால் தூணில் சிறிய எழுத்துகளில் பதித்து வைத்த ''நாயர் அண்ட் கம்பெனி'' போர்டு கவனமாய் பார்த்தால் மட்டுமே கண்ணுக்குத் தெரியும். அவ்வளவுதான்.

எப்படியும் இப்போது இந்த சிங்கள ரிக்ஷாக்காரர், பேரம் பேசுவார். கடையினுள்ளே போனால், அவரைத் தைரியமாக எதிர்கொள்ளலாம். அங்கிருந்து யாரையாவது கூப்பிடலாம். ஆனால் இங்கே யாரும் வரக்கூடாது. இங்கே நான் சுதந்திரமான ஆண்பிள்ளை. வீட்டில் இருந்து இறங்கி வந்தபோது அம்மா சொல்லியிருந்தாள். 'சாமிகிட்ட நின்னு நல்லா கும்பிட்டுட்டுப் போ'

யாருடைய சக்தியோ எனக்கு எப்போதும் உதவி செய்கிறது. ஒரு ரூபாயிலேயே ரிக்ஷாக்காரர் திருப்தியானார். அந்த ஆள் பச்சை பெயிண்டடித்த இரும்புப் பெட்டியை ரிக்ஷாவிலிருந்து இறக்கி வைத்தார். பெட்டியைத் தூக்கிக்கொண்டு எண்பதாம் எண் நாயர் அண்ட் கம்பெனிக்குள் நுழைந்தபோது கௌண்டருக்குப் பின்னால் பெரிய நாற்காலி ஒன்று காலியாயிருப்பதைப் பார்த்தேன்.

மேசைக்கு அந்தப் பக்கம் சிவந்த மெலிந்த ஒரு கண்ணாடிக்கார வயதானவர் கணக்குப் புத்தகத்திலிருந்து முகத்தை விலக்கி நிமிர்ந்தார். உதடுகள் அசைந்தது போலத் தோன்றியது. சத்தம் எனக்குக் கேட்கவில்லை. மீண்டும் தடித்த கணக்குப் புத்தகத்தை கீழே இறக்கி வைத்துவிட்டு ரூல் தடியால் அழுத்திப் பிடித்து அதில் ஒரு கோடு போட்டார்.

பரப்பி வைத்த கோடாலிகள், கத்திகளைக் கணக்கெடுக்கும் வேலையாட்கள் இரண்டு பேர் என்னைப் பார்த்தார்கள். அவர்கள்

மலையாளிகள். ஆனால் எனக்குப் பழக்கமற்றவர்கள். வெளியிலிருந்து பார்த்தபோது கடை சிறியதாக இருந்தது. சின்னக் கதவிற்குப் பின்னால் நிறைய பொருள்கள் உள்ள ஹால் இருக்கிறது. அங்கேயும் வேலையாட்கள் பொருட்களை பேக் செய்வதும் பிரித்து அடுக்குவதுமாக இருக்கிறார்கள்.

யாரும் யாரோடும் பேசவில்லை என்ற உண்மை என்னை சங்கடப்படுத்தியது. பெட்டியை ஓரமாய் வைத்துவிட்டு மேஜைக்குப் பக்கத்தில் போனேன். எப்படித் தொடங்குவது?

''அப்பா இல்லையா?''

''ம்''

இந்தமுறை உதடுகள் கொஞ்சம் கூட பிரிந்தன. வயதானவர் அதிகம் முயற்சி எடுத்து கொஞ்சம் சிரித்தார்.

''ஓ நீங்க அவரோட மகனா? உள்ளே வரும்போதே சந்தேகமா இருந்திச்சு... தங்கவேலு!'' அவர் உள்அறையில் இருந்த வேலையாளைக் கூப்பிட்டார். ''இங்க வாடா...''

கயிறு போட்டு இறுக்கிக் கட்டிய நீலக்கோடுகள் போட்ட டிரவுசரும், பனியனும் அணிந்த ஒரு இளவயதுக்காரன் வியர்வையைத் துடைத்தபடி உள்வாசலைத் தாண்டி வந்தான்.

''பெட்டியை அங்கே வை''

அவன் என் பெட்டியை வேறு ஒரு இடத்திற்கு மாற்றி வைத்தான்.

''உக்காரு''

''அப்பா இல்லையா?''

''கொழும்பிற்குப் போயிருக்கிறார். வந்திடுவார்''

கணக்கெழுதுபவர் எதிரில் மூன்று ஸ்டூல்கள் போடப்பட்டிருந்தன. அதில் ஒன்றில் உட்கார்ந்தேன்.

''அப்பாவிற்குத் தந்தி கொடுத்திருந்தேன்''

''தெரியல. நான் பாக்கல. வருவீங்கன்னு சொன்னது மட்டும் ஞாபகமிருக்கு''

மேலேயிருந்த விளக்கிற்குச் சட்டெனெ உஷ்ணம் கூடியதுபோலத் தோன்றியது. தாகமெடுத்தது.

''என்ன குடிக்கறீங்க. டீயா காஃபியா?''

''தண்ணி போதும்''

''டேய் தங்கவேலு ஒரு சர்பத்து வாங்கியா. ஜல்தி போ''

மேசையை இழுத்து ஒரு நாணயம் எடுத்து, தங்கவேலுவிடம் வீசினார்.

சர்பத் குடித்த குளிர்மையுடன் கடை நடக்கும் விதத்தைப் பார்வையிட்டபடி உட்கார்ந்திருந்தேன். யாரும் பொருட்களை வாங்க வருவதைப் பார்க்க முடியவில்லை. என் மனதின் கேள்வி பெரியவருக்குப் புரிந்திருக்க வேண்டும். ''இங்க நமக்கு ரீடெய்ல்ஸ் கிடையாது. எஸ்டேட்காரர்களின் ஆர்டர்கள் வரும். அதைக் கொண்டுபோய் சப்ளை செய்ய வேண்டும். வேணும்னா இங்க சுத்திப் பாருங்க. முன்னால பாக்கறது மட்டுமல்ல. இன்னும் நிறைய இடமிருக்கு''

நான் நடந்து பார்க்கவில்லை. வெளியே தெருவும் அப்பாவின் அறையில் உள்ள காலி நாற்காலியும் தெரியும்படியான ஓரிடத்தில் போய் உட்கார்ந்து கொண்டேன்.

''இது சின்ன டவுன்தான் இல்லயா?''

''சுற்றிலும் தோட்டங்கள். அப்பாவோட பிசினஸ்தான் இங்க விசேஷம். நீங்க மூன்றாவதா இரண்டாவதா?

''இரண்டாவது''

‘‘ம்’’

பிறகு அவர் தலை உயர்த்திப் பார்க்காமல் கணக்கெழுதிக் கொண்டிருந்தார். நான் மார்பிலும் கன்னத்திலும் கைவைத்துப் பார்த்துக் கொண்டிருந்தேன். சூடு இல்லை. காய்ச்சல் விட்டிருக்கிறது என நினைக்கிறேன்.

கணக்கெழுதுபவரைத் தவிர மேலும் ஐந்துபேர் அங்கே வேலை பார்த்துக் கொண்டிருந்தார்கள். கடைக்கு முன்னால் மண்வெட்டியையும் கடப்பாரையையும் அடுக்கி அடையாளம் வைப்பவர்கள் மலையாளிகள். அவர்கள் வேலையை முடித்துவிட்டு உள்ளே வந்தார்கள். அய்யாவின் மகன் வந்திருக்கிறான் என்ற செய்தி கணக்கெழுதுபவர் சொல்லாமலேயே அவர்களுக்குத் தெரிந்திருந்தது.

‘‘நாட்ல மழை உண்டா?’’

என்னவொரு கேள்வி? ஊரில் இருப்பவர்களும் இப்படித்தான் என்று நினைத்தேன். ஒரே இடத்தில் நின்று பத்து மைல் தூரத்திலிருக்கும் ஒரு சொந்தக்காரரின் வீட்டிற்குப் போனாலும் அவர்கள் கேட்கும் முதல் கேள்வியே இதுதான்.

‘‘அங்கயெல்லாம் மழையிருக்கா?’’

அவர்களிடம் ரொம்ப ப்ரியமாய் இருக்க நான் மெனக்கெடவில்லை. அவர்கள் கேட்டதற்கு மட்டும் பதில் சொன்னேன். இன்னும் நேரமிருக்கிறதே. சிங்களத் தீவை மீட்க வந்த ராஜகுமாரனுக்கு மீண்டும் காய்ச்சல் வந்துவிடுமோ என்று பயந்து இடது கையைத் தேய்த்து வெறுமனே ஊதிக் கொண்டிருந்தேன்.

கடையின் கடிகாரத்தில் ஏழரை காட்டியது. சைக்கிளில் வந்த ஒரு ஆள் உள்ளே வந்து கணக்கெழுதுபவரிடம் ஏதோ சொன்னான். வந்த ஆள் தலையில் மப்ளர் சுற்றியிருந்தான். அவன் சொன்னதைக் கேட்டு முகம் உயர்த்தி, கண்ணாடிக்குக் கீழே பார்த்தார். மீண்டும் தலை

குனிந்து எழுதுவதைத் தொடர்ந்தார். கணக்கெழுதுபவர் சிங்களத்தில் என்னவோ பதிலும் சொன்னார்.

டிரெய்லர் இணைத்த ஜீப் மிகுந்த சத்தத்துடன் கடை முன்னால் வந்து நின்றது. அதிலிருந்து இறங்கிய ஆட்கள் கடைக்கு உள்ளே வந்து ஒரு இடத்தில் தனியாக வைத்திருந்த பொருட்களையும் தளவாடப் பொருட்களையும் பார்த்து வேலைக்காரரிடம் ஏதோ சொல்லிவிட்டு வெளியே போனார்கள். கணக்கெழுதுபவர் வரி விடாமல் ரூல் தடியை சரியாக வைத்து எழுதிபடியே கேட்டார்.

''ஏதாவது வேணுமா?''

''ஒண்ணும் வேணாம்''

கொஞ்சம் படுக்கணும். அப்போது அது மட்டுந்தான் என் தேவையாக இருந்தது. வலியில் அவஸ்தைப்படும் சரீரத்தை வெந்நீரில் கழுவித் துடைத்து அப்புறம் எதையாவது சூடாய் சாப்பிடவேண்டும்.

அப்போது ஒரு பழைய கார் பெரிய சத்தத்துடன் கடையின் முன்னால் வந்து நின்று பிரேக் போட்டது. அதில் கொள்ளளவைவிட இரண்டு மடங்கு ஆட்கள் இருந்தார்கள். பிறகு கதவு திறந்தபோது கார் பின்னால் தள்ளி இப்போது இதோ விழுந்துவிடும் என்பதுபோல ஆடியது. நடுவில் உட்கார்ந்திருக்கும் ஆள் மிகவும் சிரமப்பட்டு வெளியே இறங்கினார். பக்கத்தில் இருப்பவர்களிடம் எதையோ சொல்லிவிட்டுத் திரும்பி, சால்வையைக் கழுத்தில் வளைத்துப் போடும்போது என்னைப் பார்த்திருக்க வேண்டும். என்னைப் பார்த்ததை வெளிக்காட்டிக் கொள்ளாமல் கதவை இழுத்தடைத்துவிட்டு உள்ளே இருப்பவர்களிடம் ஏதோ சொன்னார். பிறகும் முகம்கூட உயர்த்தாமல் கடைக்கு வந்து கௌண்டருக்கு அருகில் நிமிர்ந்து அப்போதுதான் என்னைப் பார்த்ததுபோல நின்று,

''நீ எப்ப வந்தே?'' என்றார்.

''இப்பதான் கொஞ்ச நேரமாச்சு''

''வண்டி சரியான நேரத்துக்கு வந்திடிச்சா?''

''ம்''

பெரிய சேரில் உட்கார்ந்து சுவரில் அடித்திருந்த மின்விசிறியின் தொங்கிக் கொண்டிருந்த சுவிட்சை அழுத்தினார்.

அப்பா உட்கார்ந்திருக்கும் சுவருக்குப் பின்னால் பல கடவுள்களுடைய காலண்டர் படங்கள் இருந்தன.

மேஜைமேல் சித்திர வேலைப்பாடுகள் செய்த ஒரு ஃபிரேமில் குருவாயூரப்பன் படம். அதன் முன்னால் வத்தி ஏற்றப்பட்டிருந்த இடத்தில் காலையிலிருந்து எரிந்து விழுந்த சாம்பல் இருந்தது. அப்பா, 'குருப்பே, குணசிங்கேவின் பணம் வந்திடிச்சா?' என்று கேட்டார்.

''இல்ல''

''திரேசனின் கணக்கு?''

''பாதி கொடுத்தாச்சு''

பிறகு வேலையாட்களைக் கூப்பிட்டு மறுநாள் பல இடங்களுக்கு அனுப்ப வேண்டிய பொருட்கள், கொண்டுபோக வேண்டிய விதமென எல்லாவற்றையும் சொன்னார். பார்சல் லாரி வரும்போது இறக்க வேண்டிய பொருட்களை ட்ராலியில் இங்கே கொண்டுவர, தங்கவேலு காலையில் ஐந்து மணிக்கு எழுந்து போகவேண்டும். அதுவும் மிகவும் கெஞ்சிக் கேட்டுக்கொண்டதால் லாரிக்காரர்கள் அரைமணி நேரம்தான் நிற்பார்கள். அப்பா மலையாளம் பேசும் லாவகத்துடன் தமிழும் சிங்களமும் பேசுவதைக் கேட்க எனக்கு ஆச்சரியமாக இருந்தது.

மேஜையைத் திறந்து பாக்கெட்டிலிருந்து சில பேப்பர்களை எடுத்து வைத்தார். எண்ணி அடுக்கி வைத்த நோட்டுகளைப் பார்த்தார். மீண்டும் மேஜையைப் பூட்டி சாவியைப் பாக்கெட்டில் வைத்துக் கொண்டார்.

"குருப்பே, ராஜனுக்கு மேல் அறையில் படுக்க எல்லா வசதியும் செய்து குடுங்க. கட்டில் இருக்கா அந்த ரூம்ல?"

இமைக்க பயந்துகொண்டு நான் மூச்சடக்கியிருந்தேன்.

கணக்கெழுதுபவர் தன் கணக்குப் புத்தகத்திலிருந்து முகம் உயர்த்தாமல் சொன்னார்.

"ஏற்பாடு பண்ணலாம்"

"மெத்தை விரிப்போ, தலையணைகளோ குடுத்தனுப்பட்டுமா?"

"வேணாம்"

"சாப்பாடு?"

"ஏற்பாடு பண்ணலாம்"

அப்பா கேபினிலிருந்து வெளியே வந்தார். நான் எழுந்து நின்றிருந்தேன்.

'குருப்பு உனக்குத் தேவையானதெல்லாம் செய்வார்.

பிறகு நழுவிவிழும் சால்வையை மடித்துத் தோளில் போட்டபடி தெருவிலிறங்கினார். வெளியில் ஒரு நிமிடம் தயங்கி நின்றபிறகு, ஆள் கூட்டத்திற்கிடையில் கலந்தார்.

குருப்பினுடைய அல்லது வேலைக்காரர்களுடைய கண்களை எதிரே பார்க்க நேரிடுமோ எனப் பயந்து நான் வெளியே வந்தேன். சின்ன நகரம் விழித்திருந்தது. தூரத்தில் நான்கு மூலைச் சந்திப்பிலிருந்து ரிக்ஷா மணிச் சத்தமும், மோட்டரின் ஹார்ன் ஒலிகளும் கேட்டபடியிருந்தன. கருத்த உடல்களுக்குப் பொருந்தாத அடர்நிறத் துணிகள் அணிந்த ஆண்களும் பெண்களும் சாலையோரமாக மிகவும் சத்தமாகப் பேசிக்கொண்டு நடந்தார்கள்.

இதுதான் வெளிநாடு.

எனக்கென்று போக இடமில்லை. வழியும் தெரியவில்லை. ஆனால் அப்பா நடந்த வழியின் எதிர்ப்பக்கமாக நடந்தேன். பல சின்னக் கடைகளில் வியாபாரம் துரிதமாக இருந்தது. விதவிதமான சத்தங்களின் தேய்ந்த ஒலி.... இதுதான் வெளிநாடு. அப்போது எனக்குக் காய்ச்சலின் வேகம் தணிந்திருந்தது. பசியில்லை, தாகமில்லை, தளர்வில்லை. நீண்ட காலடி எடுத்து வைத்து நடந்தேன்.

''ராஜன் என்ன சொன்ன?''

''இல்லை. நானொன்றும் சொல்லலயே''

கடையின் மேலே காலியாயிருந்த ஹாலில் கயிற்றுக் கட்டில்கள் இருந்தன. சுவரில் ஆணி அடித்துக் கட்டியிருந்த கொடியில், அழுக்கும் துவைத்ததுமான துணிகள் தொங்கிக் கொண்டிருந்தன. துர்நாற்றத்தின் நெடி தெரியாமலிருக்க யாரோ (குருப்பாக இருக்கலாம்) ஓர் வத்தி ஏற்றி வைத்திருந்தார்கள்.

வெளியே வராந்தாவில் ஒரு ஆள் திரும்பி நிற்க சிரமமான ஒரு இடுங்கிய இடத்தில் குளியலறையும் கழிவறையும் இருந்தன. அதன் கதவு போன்ற மரப்பலகை உதிர்ந்து, சட்டத்திலிருந்து பெயர்ந்து நிற்கிறது.

பின்னால் மாடிப்படிக்குப் போகும் வழியில் பழைய பைகளில் பொருட்களும் வைக்கோலும் போட்டு வைத்திருக்கும் சின்ன முற்றமிருக்கிறது. சுற்றிலும் மதில். அதன் மூலையில் தென்னங்கீற்று வைத்து சாய்த்துக் கட்டிய கொஞ்ச இடத்தில் இரண்டு அடுப்புகளும் பாத்திரங்களும் இருக்கின்றன.

குருப்பு சொன்னார். ''முற்றத்தோட கடைசியில தண்ணி பைப் ஒண்ணு இருக்கு. அங்க கொஞ்சம் விசாலமாக் குளிச்சுக்கலாம். சூடு தண்ணி வேணுன்னா தரச் சொல்றேன்''

''எனக்கு வேணாம்''

ஒரு இடுங்கிய குளியலறையைவிட அகலமான இடமாக இருக்கிறது வெளியில் இருக்கும் பைப்.

குளித்து நனைத்த துண்டையும் உள்ளாடைகளையும் மேலே இருக்கும் கொடியில் கொஞ்சமே கொஞ்சம் இடம் ஏற்படுத்திக் காய வைத்தேன்.

குருப்பை முதலில் பார்த்தபோது அவர்மீது வெறுப்புதான் தோன்றியது. கணக்கெழுதும் வேலை முடித்து மேலே வந்தபோது, அவர் அன்பான பாதுகாவலனாக மாறியிருந்தார். எனக்கு ஹோட்டலிலிருந்து சாப்பாடு வேறு வந்திருக்கிறது.

காற்று வரும் இடமாகப் பார்த்து ஒரு கயிற்றுக் கட்டிலை இடம்மாற்றிப் போட்டார். ஒரு ஜமுக்காளத்தையும் தலையணையையும் விரித்தார். என் பெட்டியைத் திறந்து ஒரு சலவை வேட்டியை எடுத்து அதன் மேல் விரித்துக் கொண்டேன்.

நான் ஊரின் விசேஷங்கள் ஏதாவது சொல்வேன் என எதிர்பார்த்து வேலைக்காரர்கள் வேலை முடித்து சாப்பிட்டுவிட்டு பீடியைப் பற்ற வைத்தபடி, சுவரில் சாய்ந்து உட்கார்ந்து கொண்டார்கள். நான் எதையும் பேசாமல் அமைதி காத்தேன். அவர்கள் சிலைபோல உட்கார்ந்திருந்தார்கள். பிறகு படுத்து அப்படியே தூங்கியும் போனார்கள்.

குருப்பு 'குஞ்ஞிமங்கலத்து' ஆள். முப்பது வருஷமாக சிலோனில் இருக்கிறார். அப்பாவிடம் வேலைக்குச் சேர்ந்து மூன்று வருடங்கள் ஆகின்றன. அவருக்குச் சொந்த வியாபாரம் இருந்தது. திருச்சூரில் இருந்து வந்த ஒரு நண்பனுமிருந்தான். வியாபாரம் நன்றாக நடந்தது. கேரளாவிற்குப் போய் கல்யாணம் பண்ணி மனைவியை அழைத்துக்கொண்டு வந்திருக்கிறார். வியாபாரத்தில் கரைகண்ட நண்பன் தொழிலைப் பார்த்துக்கொண்டான். கணக்குப் புத்தகத்தின் பக்கங்களில் லாபம் அதிகமாகிக்கொண்டே போனது. ஆனால் பணத்தை மட்டும் குருப்பு கண்ணால் பார்க்கவில்லை. கடைசியாக

குருப்பு வெளியேவும் தன் வியாபாரமும் மனைவியும் நண்பனுக்கும் சொந்தமானார்கள். கொழும்பிலிருந்து பன்னிரண்டு மைல் தொலைவில் அவர்கள் இருவரும் தங்கள் மூன்று பிள்ளைகளுடன் நிம்மதியாக வாழ்கிறார்கள்.

"போலீசுக்குப் போனீங்களா?"

"போலீஸ்...கேஸ்... ம்... எதுவும் வேணான்னு தோணிச்சு"

குருப்பு அப்போது கார்ட்டூன் படத்தில் வரும் ஒரு ஓவியம் போல எனக்குத் தோன்றினார்.

"இப்ப ராஜனுக்கு என்ன வயசு?"

"21"

"எனக்கு 58 ஆகுது. வாழ்க்கைய நிம்மதியாகக் கடக்க என்னவெல்லாம் செய்யணுன்னு நான் உன் வயசுல ரொம்பவும் யோசிச்சிருந்தேன். வெளியில ஒரு நல்ல நண்பன். வீட்டில் ப்ரியமான ஒரு மனைவி. எல்லாத்துக்கும் மேல் நம் தவறுகளைத் திருத்தி நம்மை வழி நடத்த கடவுள். கடைசி ஆள் முதலிலேயே நம்மை ஏமாற்றிவிட்டான். பிறகு மற்றவர்களப் பத்தி நாம எதுக்குப் பெரிசாப் பொருட்படுத்தணும்?"

குருப்பு விரக்தியாகச் சிரித்தார். அவர் பேசத் தொடங்கியபோது எனக்கு அவரைப் பற்றியுள்ள பிம்பம் முழுவதுமாக உடைந்தது. இப்போது நான் ஆச்சர்யமாக அவரைப் பார்க்கிறேன்.

"அவங்களோட வியாபாரம் நல்லாப் போயிட்டிருக்கு. கார் வாங்கியிருக்காங்க. ஊர்ல சொத்து வாங்கியிருக்காங்க. இதெல்லாம் சொல்றதால அத நெனச்சு நான் துக்கப்படறேன்னு நினைக்க வேண்டாம். பலரும் வந்து போனாங்க. பலதும் வந்து போனது. இனியும் ஏதாவது வரும்னு நெனச்சுக் காத்திருக்க வேணாம். அதனால் நான் நிம்மதியா இருக்கேன். படுத்தா நல்ல தூக்கம் வருது"

பிறகு கொஞ்சநேரம் அவர் பேசவேயில்லை. ''விளக்கை அணைக்கட்டுமா?'' என்று என்னிடம் கேட்டபிறகு ஸ்விட்சிடம் போகும்போது நின்றார்.

''அம்மாவோட சம்மதத்தோடதான இங்க வந்தே?''

''ஏன்?''

''ஒண்ணுமில்ல. சும்மாதான் கேட்டேன்''

''சொல்லிட்டுதான் வந்தேன்''

''சரி படுத்துக்க''

மறுநாள் விடிந்தபோது சுற்றிலும் யாருமில்லை. நேரம் கழித்துத் தூங்கியதால் காலையில் அசந்து தூங்கியிருப்பேன்போல. குருப்பும் வேலையாட்களும் எழுந்ததும் தயாராகிப் போனதும் எனக்குத் தெரியவேயில்லை. காய்ச்சல் இல்லை. கைகால் வலி சுத்தமாகக் குறைந்திருக்கிறது. சின்ன அறையில் குளித்தேன். ஷேவ் செய்ய வேண்டாமெனத் தீர்மானித்தேன். வாரத்தில் ஒருமுறை ஷேவ் செய்தால் போதும்.

கீழே இறங்கி வந்தபோது கடையில் நல்ல கூட்டம் இருந்தது. வெளியே டிரெய்லர்களில் பொருட்களை ஏற்றுகிறார்கள். அப்பா கௌண்டருக்குப் பின்னால் இருக்கிறார். குருப்பு பேப்பரும், பேனாவுமாய் நடந்து லிஸ்ட்டில் அடையாளமிடுகிறார்.

அப்பா என்னைப் பார்த்து, ''ராஜா டீ குடிச்சியா நீ?'' என்று கேட்டார்.

''இல்ல குடிச்சுக்கறேன்''

சிங்கள வேலையாட்களிடம் ஏதோ சொன்னார்.

குருப்பு என்னைப் பார்த்துச் சொன்னார், ''ரெண்டு தடவ வந்து பாத்தப்பவும் நல்லாத் தூங்கிட்டு இருந்தே. மேல போய் உக்காரு. பையன் எடுத்திட்டு வருவான்''

கடையின் பின் வழியாக மாடிப்படி ஏறினேன். பின்னால் வேலையாள் டம்ளரில் டீயும், காய்ந்த தேக்கு இலையில் கட்டிய இட்லியுமாக வந்தான். டீயை ஒரு மிடறு குடித்தேன். அவன் டம்ளரை வாங்கிக் கொண்டுதான் போவான் போலிருக்கிறது. அவசர அவசரமாய் பேருக்குச் சாப்பிட்டேன்.

அதன் பின்அறையிலேயே ஏதாவது படிக்க இருக்கிறதா என்று பார்த்தேன். இல்லை, ஒரு பேப்பர் துண்டுகூட இல்லை.

மிக நீண்ட நேரம் கடந்தபின், கீழே இறங்கி வந்தபோது கடையில் கூட்டமில்லை. அப்பா அலமாரியைப் பூட்டிக் கொண்டிருந்தார். வாட்சில் நேரம் பார்த்தபோது மணி பன்னிரெண்டாகியிருந்தது.

"காசு ஏதாவது வேணும்னா குருப்புகிட்ட கேளு" சொன்னவர் சாவிக்கொத்தை எடுத்து பாக்கெட்டில் வைத்தபடி கொடியில் தொங்கவிட்டிருந்த தாமரவல்லி போட்ட குடையை முழங்கையில் தொங்கவிட்டபடி வெளியே நடந்தார்.

மதியம் குருப்பும் வேலையாட்களும் தனித்தனியாக வந்து சாப்பிட்டுவிட்டுப் போனார்கள். வேலையாட்களில் ஒருவன் டிபன் காரியரில் மாடிக்கு சாப்பாடு கொண்டு போனதைப் பார்த்தேன். அது எனக்குத்தான். சாப்பாடு என்பதையே மிக பாரமாக நினைக்க வைத்த நிமிடமது. சாப்பிட்டுக் கொண்டிருக்கும்போது குருப்பு வந்தார்.

"சும்மா உட்கார்ந்திருந்தா சோர்வாயிருக்கும். இங்க இருக்கற எடமெல்லாம் சுத்திப் பாக்க வேண்டாமா?"

"ம்..."

"கண்டிக்கு பஸ் இருக்கு. தந்தக்கோவில், குளம் எல்லாம் பாக்க அழகா இருக்கும். இன்னும் பல காட்சிகளும் பாக்க இருக்கு அங்க"

குருப்பு பல இடங்களின் பெயர்களைச் சொன்னார். பிறகு அவராகவே சிரித்துக்கொண்டார்.

"இதெல்லாம் ஆட்கள் சொல்லக் கேட்டிருக்கேன். இங்க வந்து முப்பது வருஷமாச்சு. நான் இதுவரைக்கும் எதையும் பாத்ததில்ல"

மாலையில் அலமாரியையும் மேசையையும் பூட்டி அப்பா வெளியே போவதுவரை கடையைச் சுற்றிலும் அங்குமிங்கும் நின்றேன். வேலையைப் பற்றி ஏதாவது சொல்வார் என்று நினைத்தேன். பெட்டிகளும் தலைச்சுமைக்காரர்களுமாக அப்பா வீட்டில் வந்து சேரும் நாட்களின் நினைவுகள் மீண்டெழுந்து வந்தன. வரவேற்பறையில் பாயில் உட்கார்ந்து ஒவ்வொரு பொருளாக வெளியே எடுப்பார். இது குட்டனுக்கு. இது ராஜனுக்கு சரியா இருக்கும். அப்புக்கும் உண்ணிக்கும் 'இது சட்டை தைக்க உதவும்' வாசலில் துணிக்கடை போல வண்ணங்கள் சிதறிக் கிடக்கும். "வினோலியா" சோப்புகள், சின்னச்சின்ன செண்ட் பாட்டில்கள்.

அப்பா ஒன்றும் சொல்லாமல் இறங்கிப் போனார்.

இனி மற்றுமொரு இரவு, விடிந்தால் இன்னொரு நாள்.

இந்த நாட்டை தன் ஆளுமைக்குட்படுத்தி நடத்த வந்த ஓர் இளைஞன், மற்றவர்கள் முகம் பார்க்க முடியாமல் இருக்க வேண்டி கடையைப் பூட்டும் நேரம் பார்த்து வழிதவறிப் போகாமலிருக்க நடைபாதையினூடே நடந்தான்... திரும்பி வந்தான்... மீண்டும் மீண்டும் நடந்து கொண்டேயிருந்தான்...

11

பயணிகளை இறக்கிவிட்டபடி பஸ் கடந்து போனது. என் முன்னால் அவ்வளவு பெரிய குளம். குருப்பு சொன்னபோது நான் நினைத்ததைவிட பெரிய குளம். சுற்றிலும் போடப்பட்டிருந்த சிமெண்ட் பெஞ்சுகளில் சுற்றுலாப் பயணிகளின் சிறுசிறு கூட்டம். இளநீர் விற்கும் கட்டம் போட்ட லுங்கி கட்டிய பெண்கள். வெள்ளை ஜாக்கெட்டில் பைப்பிங் வைத்த கைகளைப் பார்த்தால் பறந்து வந்து இறங்கிய பட்டுப்பூச்சிகள் எனத் தோன்றும். இறக்கம் அதிகம் வைத்து தைத்த மெல்லிய ஜாக்கெட்... யாராவது என் ரகசியச் சிந்தனைகளைக் கண்டுபிடித்துவிடுவார்களோ என்ற பயந்து பெருமூச்சுவிட்டேன்.

பெரிய பெரிய நீலப்பூக்களிட்ட கவுன் அணிந்த ஒரு செம்பட்டை முடிக்காரியுடன் கருகருத்த ஒரு இளைஞன் இருந்தான். அந்தப்பெண் காலண்டரில் பார்த்த பெண்ணின் சாயலில் இருப்பது போலத் தோன்றியது. அவள் தண்ணீருக்குள் எதையோ தூக்கி எறிகிறாள். குதூகலத்துடன் விரல் சுண்டும் இடத்தைப் பார்க்கிறாள். அடித்தட்டிலிருந்து மேலே வரும் கருப்பு நிழல்கள், ஆமைகள்... இத்தனை பெரிதான ஆமைகளா?

பத்து பைசாவிற்குக் கடலைப் பொரி வாங்கி காலியான சிமிண்ட் பெஞ்சைப் பார்த்து அவசரமாய் நடந்து இடம்பிடித்து கடலையைக்

கொறித்தேன். கொஞ்சம் தண்ணீருக்குள் தூக்கி எறிந்தபோது ஆமைகள் சத்தமிட்டு தண்ணீரைக் கிழித்தபடி மேலெழுந்து வந்து கடலைப் பொரிகளுக்குப் போட்டி போட்டன.

குருப்பிற்கு நன்றி சொல்ல வேண்டும். அவர்தான் இந்தப் பயணத்தை ஏற்பாடு செய்து தந்தார். அடுத்த ஸ்டாப்பில் என்னை பஸ் ஏற்ற உடன் ஒரு வேலைக்காரனையும் அனுப்பினார். பணம் பெற்றுக்கொள்ள அவர் என்னை நிர்பந்தித்தபோது ஒரே ஒரு ரூபாய் மட்டும் எடுத்துக் கொண்டேன்.

"பணம் வேணும்னா கொடுக்கச் சொல்லி அப்பா சொல்லியிருக்கார்"

மீண்டும் கொஞ்சம் கடலைப் பொரியைக் குளத்தில் எறிந்தேன். ஒரு வினோதமான புதுமையை உணர்ந்தேன். நாளைக்கும் வருவேன். நாளை மறுநாளும் வருவேன். அப்படி தொடர்ந்து கடலைப்பொரி தூக்கி எறிந்தால் ஒரு சரியான நேரத்தில் குளத்தில் என் ஆமைகள் என் வரவிற்காகக் குறிப்பிட்ட நேரத்தில் இந்த மூலையில் காத்து நிற்கலாம்.

வெயில் சூடேறியபோது அவ்வப்போது இடம் மாறினேன். சுற்றுலாப்பயணிகள் மாறிக் கொண்டேயிருந்தார்கள். ஆனாலும் என் இருப்பிடத்தை விட்டுக்கொடுக்காமல் கடலைப்பொரி கொறித்தும், குளத்தின் நண்பர்களுக்கு விருந்து வைத்தும் நேரத்தைக் கடத்தினேன். பசி தெரியவில்லை. ஒரு இளநீர்? வேண்டாம் வேண்டாம் என முடிவெடுப்பது யாரிடமோ கோபித்து வீம்பு பிடிப்பது போலவுமிருந்தது. கணக்கு போட்டுப் பார்த்தேன். 15 பைசாவுக்கான கடலைப்பொரி எனக்கு. 25 பைசாவுக்கானது ஆமைகளுக்கு. 30 பைசா, 30 பைசா வீதம் பஸ் கட்டணம்.

மாலையில் பஸ்ஸிறங்கி கடைக்குப் போனபோது அப்பா அங்கு இல்லை. ஏதோ ஒரு எஸ்டேட்டில் துரையைப் பார்க்கப் போயிருக்கிறாராம். இனி கடைக்கு நாளைக்காலையில்தான் வருவார். குருப்பிற்கு முன்னால் ஸ்டூலில் உட்கார்ந்தேன்.

இறுதி யாத்திரை

"மத்தியானம் வரலியே?"

"இல்லை"

"எல்லாம் பாத்தியா?"

"ம்"

"சாப்பிட்டியா?"

"சாப்பிட்டேன்"

"காசு பத்துச்சா?"

"எங்கிட்ட வேற பணமும் இருக்கு"

மணி சேஞ்ச் கவுண்டரில் வாங்கிய ரூபாய் என் பெட்டியில் இருக்கிறது. கடைசியாகத் தேவைப்படும் அது என்று சும்மா தோன்றியது. அதனால் அதை எடுக்கவில்லை.

பயணத்தைப் பற்றி குருப்பு கேட்டபோது அங்கிருந்து நகர்ந்தேன். கோவில் பார்க்கவில்லை. மலை ஏறவில்லை. சந்தையில் நடக்கவில்லை. அதனால் ஆமைகளோடான என் நெருக்கம் பற்றியும் சொல்லவில்லை.

தினமும் காலையில் குருப்பிடமிருந்து ஒரு ரூபாய் வாங்கி, குளக்கரைக்கு பஸ் ஏறினேன். அதைவிட அதிகமாய் அவர் கொடுக்க முயற்சிக்கும்போதெல்லாம் வேண்டாமென மறுத்தேன். மாலையில் திரும்பி வந்தேன்.

ஒரு இரவில் டிஃபன் கேரியரின் தட்டுகளை எடுத்து வைக்கும்போது கதவருகில் ஒரு பையன் வந்து நின்றான். கையில் அடுக்கிப் பிடித்த கேரியர் தட்டுகள். குருப்பு என்னமோ கேட்டார். பையன் சிரித்துவிட்டு ஒரு வார்த்தையில் என்னமோ சொன்னான்.

"வீட்டிலிருந்து அனுப்பியது"

"எந்த வீட்டிலிருந்து?"

"அங்கயிருந்து... அப்பாகிட்டயிருந்து"

பையன் மீண்டும் ஏதோ சொன்னான். குருப்பு விவரமாய் சொன்னார்.

"அந்தப் புள்ள குடுத்தனுப்பிச்சதாம்"

நான் அலட்சியத்தோடு அதைப் புறக்கணித்தேன்.

"எனக்கு வேணாம்"

குருப்பு எதுவும் பேசவில்லை. என் வலதுபக்கம் குருப்பும், பக்கத்தில் கதவோரமாய் அந்தப் பையனும் நிற்கிறார்கள். அடுக்குக் கேரியர்கள் அவசியமில்லாத சத்தத்துடன் அப்படியும் இப்படியுமாக மாற்றி வைக்கப்பட்டது. வேலைக்காரர்கள் ஒன்றும் பேசாமல் பீடி புகைத்து அறையின் மூலைகளில் மௌனம் காத்தார்கள்.

சட்டெனக் கோபப்பட்டுக் கத்தினேன்.

"எனக்குத்தான் வேணான்னு சொன்னேனே. அந்தப் பையன்கிட்ட திருப்பி எடுத்திட்டுப் போகச் சொல்லுங்க"

கூடவே நான் என்னென்னவோ முணுமுணுத்தேன் என்று நினைக்கிறேன்.

பையன் பாத்திரங்களை எடுத்துக்கொண்டு திரும்பிப் போனான். தைத்த இலையில் டிபன் காரியரிலிருந்த ஹோட்டல் சாப்பாட்டை அள்ளி வைத்தேன். வாயில் கசப்புநீர் நிறைந்திருந்தது. ஒரு பிடி வாரித் தின்றேன். இறங்கவில்லை. விக்கல் வந்தபோது குருப்பு கூஜாவிலிருந்து டம்ளரில் தண்ணீர் ஊற்றி அருகில் நகர்த்தினார்.

எல்லோருக்கும் நானொரு காட்சிப்பொருளாய் மாறுகிறேனா? சாப்பிட்டதாக பாவனை செய்துவிட்டு கீழிறங்கினேன். சுற்றிலும் உயர்ந்த மதில்கள். அப்போது நினைத்தேன். ஜெயில் இப்படித்தானிருக்கும். ஒரு அறை. வெளியே வந்தால் சுற்றிலும் மதில்கள் நிறைந்த சிறிய இடம். ஜெயிலை இதுவரைப் பார்த்ததில்லை.

எல்லோரும் தூங்கி இருப்பார்கள் என்று நினைத்துத்தான் மேலே போனேன். குருப்பு படுத்திருக்கிறார். ஆனால் தூங்கவில்லை.

''தூக்கம் வரலையா?''

''ம்''

நான் கயிற்றுக் கட்டிலுக்குத் திரும்பி வந்ததற்குப் பின்தான் அவர் விளக்கை அணைத்தார். இருட்டில் சும்மா படுத்து அவர் ஏதோ முனகினார். எதனாலோ கண்மூடின உடனே தூங்கிப் போனேன்.

மறுநாள் வழக்கத்திற்கு மாறாய் அப்பா மேலேறி வந்தார்.

''உன் வேலை விஷயமா நான் பலரிடமும் சொல்லியிருக்கிறேன்''

நான் அமைதியாய் நின்றேன்.

''ஊர்ல இருக்கும்போது இங்க நல்லா இருக்கலாம்னு தோணும். ஆனால் இங்க அப்படியில்ல. அதைத்தான் உனக்குக் கடிதத்தில் எழுதியிருந்தேன்''

அவர் பேச்சில், தன் வார்த்தைகளை மதிக்காமல் நான் இங்கு வந்தது எத்தனை பெரிய தவறென்பதை எடுத்துச் சொல்லும் பாவமிருந்தது. கீழே இறங்கிப் போகும்போது ஒருமுறைகூட ஞாபகப்படுத்தினார்.

''காசு ஏதாவது வேணும்னா குருப்புகிட்ட வாங்கிக்கோ''

கண்டி பஸ் நிற்கும் ஸ்டேஷனுக்குள் அவசரமாக இறங்கி நடந்தேன்.

மாலையில் குளக்கரையிலிருந்து பஸ் ஏறி திரும்பி வந்து டீ குடித்தேன். குளித்து முடித்து கடையின் பின்வழியாகப் போனபோது, எப்போதுமில்லாமல் அப்பா அங்கேயிருந்தார். ஏதோ முக்கிய விஷயத்தை கவனமாகப் பார்த்துக்கொண்டிருந்தார். மீண்டும் வெளியே வந்தேன். தமிழிலும் சிங்களத்திலுமான பத்திரிகைகள் தொங்க விடப்பட்டிருந்த வெற்றிலைக் கடைக்கு முன்னால் நின்றபோது ஒரு நினைப்பு வந்தது. ஒரு சிகரெட் பிடித்தால் என்ன?

இரண்டுமுறை இதற்கு முன்னால் சிகரெட் பிடித்திருக்கிறேன். சிகரெட் பிடிப்பவர்கள் என்னைக் கடந்து போகும்போது எழும் வாசனைதான் என் முதல் உந்துதல். அன்று கொஞ்சம் மூச்சு வாங்கியது. இரண்டாவது முறை பிடித்தபோது தவறு செய்கிறேன் என்று தோன்றவேயில்லை. பணம் தரும் விஷயத்தில் அம்மா என்றும் கஞ்சம்தான். அதனால் சேர்த்து வைத்த காசு இருக்கும்போது சிகரெட் பிடித்தால் போதும் என்று முடிவெடுத்திருந்தேன்.

இப்போது நான் சுதந்திரமாக இருக்கிறேன். பிணைப்புச் சங்கிலிகள் ஒவ்வொன்றாக அறுந்து விழுகின்றன. கையில் காசில்லாமல் வந்தவர்கள் இந்த ஊரில் பிச்சை எடுத்திருக்கிறார்கள். பல வேலைகளும் செய்திருக்கிறார்கள். வாழ்க்கை, குப்பையிலிருந்து பொறுக்கி எடுத்த தொலும்புகளைக்கொண்டு ஒட்ட வைத்தது போல உருவாக்கப்பட்டிருக்கிறது. நான் என்னை சமாதானப்படுத்திக் கொண்டேன். நஷ்டப்பட எனக்கேதுமில்லை.

ஒரு சிகரெட் வாங்கிப் பற்ற வைத்தேன். அம்மாவுக்குக் கடிதம் எழுதவில்லை. வந்த பிறகு பேனாவை வெளியே எடுக்கவில்லை. அச்சடித்த தாள்களை படிக்கவேயில்லை. வியாபாரிகளுக்கு என்றும் எண்கள் போதும். எழுத்துகள் வேண்டாம்.

மாதவன் மாமா இருக்கும் இடத்திற்கு ஒரு நாளில் போய்வர முடியாதாம். அதனால் அதற்கு அப்பாவிடம் அனுமதி வாங்கியேயாக வேண்டும்.

சிகரெட்டின் புகையை ஆழ்ந்திழுத்தபடி தெருவிலேயே நிற்கிறேன். குளக்கரையில் பார்த்த அந்த அழகி இந்த ஊர்க்காரியாய் இருக்கமாட்டாள் எனத் தோன்றியது. இளநீர் விற்க உட்கார்ந்திருக்கும் பெண்களின் கூட்டத்தில் சுமாரான அழகி ஒருத்தியைப் பார்த்தேன். இரண்டு பக்கமும் கடந்துபோகும் ஜனங்களுக்கு மத்தியிலிருக்கும் பெண்களில் வசீகரமான ஒரு பெண்ணின் முகத்தையும் நான்

பார்க்கவில்லை. துருத்திய கன்ன எலும்புகள், அடர்வண்ண உடைகள், நீண்ட காலடிகள்

சிங்களத்தீவின் ராஜகுமாரனுக்குக் காட்டிலிருந்து ஒரு மாணிக்கக்கல் கிடைக்கும். அதைக் கழுவுவதற்குப் பொய்கையில் இறங்கும்போது தண்ணீர் இரண்டு பக்கமும் விலகி நிற்கும். வெள்ளியிழையோடிய படிகளின் வழியாக பெரிய கதவுகளின் வாயிலை அவன் அடைவான். அங்கே நீரூற்றுகள் விரியும் பூந்தோட்டத்தின் நடுவில் பேரழகியான ஒரு ராஜகுமாரி தூங்கிக் கொண்டிருப்பாள்.

அப்போது எதிரே வந்த ஆட்களுக்கு நடுவில் அப்பாவின் உயரமான முன் வழுக்கையான தலையைப் பார்த்தேன். தெரு விளக்கின் வெளிச்சத்தில் அவருடைய கண்ணாடி மின்னியது. சிகரெட்டை வாயிலிருந்து உடன் விடுவித்தேன். மறைந்து நிற்க இடம் தேடினேன். கிடைக்கவில்லை.

அப்பா இரண்டு பக்கமும் கவனிக்காமல் கடந்து போனார்.

நான் சிகரெட்டை அருகிலிருந்த கால்வாயில் தூக்கியெறிந்துவிட்டு, இலக்கில்லாமல் நடந்தேன். தெரு மூலையிலிருந்து சாலை இரண்டாகப் பிரிகிறது. வலது பக்கத்தின் இரு பகுதிகளிலும் கடைகளில்லை. அந்தப் பக்கமாகத்தான் அப்பா நடக்கிறார். உயரமாகப் போகும் வழியின் இருபக்கமும் ரப்பர் மரங்கள். தனியாய் விடப்பட்ட விளக்குகளின் வெளிச்சம் மெல்லிய பனியில் கரைந்திருந்தது. ஏற்றத்தில் இறங்குவது இன்னொரு ஏற்றத்திற்காகவென இருந்தது.

பின்னால் திரும்பி அப்பாவை கவனித்தேன். அவர் நடப்பதை நிறுத்திவிட்டு, ஒரு வீட்டு வாசலில் நிற்பதைப் பார்த்தேன். பிறகு வாசல் கடந்து உள்ளே போனார். அந்த வீட்டு முற்றத்தில் நின்று ஒரு நாய் குரைத்தது. மீண்டும் நடந்தேன்.

லேசான பரபரப்புடன்தான் அந்தப் படியில் நின்றேன். அது மூடப்பட்டிருந்தது. பின்னால் அகலமாக விரிந்து கிடக்கும் வீடு. வராந்தாவிலும் வரவேற்பறையிலும் யாரையும் பார்க்க முடியவில்லை. திரைச்சீலையிட்ட ஜன்னல்களில் மஞ்சள் ஒளியின் சதுரங்கள். மூடிய கதவுகளின் முன்னால் வெறுமனே நின்றேன். எந்த வழிபோக்கனும் எடுத்துக்கொள்ளலாம் என்ற சுதந்திரத்தின் மேலாக எந்தப் படியையும் மிதிப்பதில்லை என்று உறுதிப்படுத்திக் கொண்டேன். சத்தமில்லை. நாய் குரைத்துக்கொண்டு பின்னால் வரவில்லை. மீண்டும் முன்னால் வந்தேன். திரும்பி நடக்கும்போது வாசல்படிக்கு நேராக அல்லாமல், கொஞ்சம் தள்ளி மூச்சு வாங்கியதை அடக்கி நின்றேன். காற்றாடி மரங்கள் அசையும்போது இலைகளில் வெள்ளி ரேகைகள் தெளிவின்றி அசைவதைப் போல் தோன்றின. அப்போது வீட்டினுள்ளிருந்து ஒரு கிராமஃபோன் ரிக்கார்டின் சங்கீதம் கேட்டது.

பல விஷயங்களும் எனக்கு மறந்தே போனது. எனக்கு உண்ணியைப் போல இறந்த காலங்களை நுட்பமாக ஞாபகத்தில் வைத்துக்கொள்ள முடியாது. நினைவில் ரப்பர் காட்டின் நடுவே ஏறியும் இறங்கியும் வந்தடைந்த நிலத்தில் இரவில் நின்ற நிமிடங்கள் இப்போதும் நினைவில் தங்கியிருக்கின்றன. சாலையின் ஓரத்தில் படர்ந்து ஏறிய புல்தரைமீது ஈரம் தரும் குளிர்மை. நனைந்த பனி கலந்த வெளிச்சம், மின்னும் காற்றாடி இலைகள், வெளிச்சத்தின் மஞ்சள் சதுரங்கள்.

கடந்த காலத்தின் அறைகளுக்குள்ளேயிருந்து இரவின் சங்கீதம் கசிந்து வந்தது.

"ப்ரூஹி முகுந்தேதி.... ரசனே... ப்ரூஹி முகுந்தேதி..."

திரும்பி வரும்போது காரணமேயில்லாமல் ஏனோ மனம் லேசானது.

அன்றும் மாடியேறி வந்த பையன் தூக்குப் பாத்திரம் எடுத்துக்கொண்டு வந்தான்.

குருப்பும் அவனுமாகப் பேசிக் கொண்டார்கள். இரண்டுபேரும் சண்டையிடுவதாகத் தோன்றியது. இருவரின் கண்களும் அவ்வப்போது என்னைத் தீண்டிச் சென்றன.

"நேத்துப் பாரு ராஜன், நேத்து...."

குருப்பு மெதுமெதுவாய் எதையோ சொல்ல வந்தார். அவர் தன் பணியாட்களைப் பார்த்தார். அவன் தூங்கினாலும் இல்லையென்றாலும் அவர்கள் படுத்திருந்த இடத்திலிருந்து சலனமில்லை..சத்தமுமில்லை.

"பையன் சொல்றான், நேத்து சாப்பாட்டைத் திருப்பி அனுப்பினாலும் கூட அந்தப்புள்ள மறுபடியும் குடுத்தனுப்பிச்சுச்சாம்" குருப்பு பேச்சை நிறுத்தினார்.

அதிலொரு ஈடுபாடும் காண்பிக்காத நான் அலட்சிய பாவத்தில் உட்கார்ந்திருந்தேன்.

"பையன் சொல்றான்..."

எனக்குக் கோபம் வந்தது, "அவன் என்ன வேணும்னாலும் சொல்லட்டும்"

"அவள் அழுவாள்னு அவன் சொல்றான்"

நான் சிரித்தேன். பிறகு அந்தப் பையனைப் பார்த்தேன். திரைச்சீலை உயர்த்தப்பட்ட மேடையில், இறந்து போன ஒரு கதாபாத்திரம் போல அந்தப் பையன் விழித்துக் கொண்டு நிற்கிறான்.

எனக்கு சிரிப்பு வந்தது. மீண்டும் யார் மீதெல்லாமோ கோபம் வந்தது. என்னையறியாமல் அழுகையும் வந்தது.

"எனக்கொண்ணும் வேணாம்"

மருந்து சாப்பிட மறுத்து அடம் பிடிக்கும் குழந்தையின் குரலாக இருக்கிறதா என் குரல்!

நான் வெளியே வந்தேன். தண்ணீர்க் குழாயின் அப்பால், இருட்டில் தனியாக இருக்கும்போது சத்தமொன்றும் கேட்கவில்லை. அதிக நேரம் கடந்துவிட்டது என்று உறுதிப்படுத்தி அறைக்குப் போனபோது அந்தப் பையன் இல்லை. அவன் கொண்டு வந்த தூக்கு பாத்திரமும் இல்லை. குருப்பு படுத்திருந்தார். பரப்பி வைத்தப் பாத்திரங்களில் ஹோட்டல் சாப்பாடு இருந்தது.

படுத்தபோதும் ஏதேதோ நினைவுகள் பிராண்டின. என் அர்த்தமில்லாத கோபம் யாரோடு? மெல்ல மெல்ல குளிர் உறைந்திருக்கும் எண்ணெய் வாசனையுள்ள தலையணையில் என் முகம் அழுத்தி மூச்சு வாங்கப் படுத்திருந்தேன்.

அவள் அழுகிறாளாம்!

‘எல்லாம் சரியாகட்டும்; அப்புறம் எழுதறேன்’

சின்ன ரயில்வே ஸ்டேஷனில் ஆட்கள் சரியாக வண்டியின் நேரத்திற்கு வந்துகொண்டுதான் இருக்கிறார்கள். வண்டியின் இரைச்சல் சீக்கிரம் எங்களை சமீபிக்க மனதில் பிரார்த்தித்துகொண்டு ஒன்றும் சொல்லாமல் அப்பாவின் முன்னால் நின்றேன்.

எனக்குச் சொல்வதற்கு என்ன இருக்கிறது? குருப்பிடமும் வேலையாட்களிடமும் முன்பே சொல்லிவிட்டுதான் வந்திருந்தேன். அப்பா மூன்றாவது முறையாகக் கேட்கிறார்.

‘‘பணம் போதுமா?’’

‘‘போதும்’’

கடைசி வண்டி. அடிகண்ணாவவிலிருந்து திரும்பி வரவேண்டிய வண்டி.

இருபத்தியோரு நாட்கள். மனம் அவசியமே இல்லாமல் கணக்கிட்டுப் பார்த்தது. குளக்கரையின் பகல்கள். ஆழத்திலிருந்து உயர்ந்து மேலெழுந்து வரும் ஆமைகள், இளநீர் விற்பனைக்காரிகள்.

வரகு மணமுள்ள சிறிய நகரம். மீதியிருந்த சில நினைவுகளை மட்டும் ஒன்றாய்ச் சேர்த்தேன். மாலை வியாபாரம் முடித்துத் திரும்பிவரும் சந்தை வியாபாரியைப் போல நான் இடம்விட்டுப் போகக் காத்திருக்கிறேன்.

துறைமுகத்துக்குப் புறப்பட்டு குளத்தின் அக்கரையில் நகரத்தின் அப்பாலிருந்து வந்து கொஞ்சமே கொஞ்சம் களைப்பு நீக்கும் ரயில்.

''போய் வருகிறேன்''

''விவரத்திற்கு எழுது''

''போய் வருகிறேன்''

''விவரமெல்லாம் சொல்''

யாரோடு என்ன சொல்ல?

''போய் வருகிறேன்''

எனக்காக இங்கே யாரும் அழ வேண்டாம்.

''போய் வருகிறேன்''

12

சிலோனிலிருந்து ராஜேட்டன் வந்த நாள் உண்ணிக்கு ஞாபகமிருக்கிறது. அண்ணன் பள்ளியிலிருந்தார். அப்புயேட்டன் இருந்தானா? இல்லை. மாலையில்தான் வந்தான். கிழக்குத் திண்ணையில் காலையில் வெயிலுக்குச் சாய்ந்திருந்தபோதுதான் பெரிய வரப்பு தாண்டி யாரோ வருவது தெரிந்தது. பின்னால் தலையில் சுமை ஏற்றிக் கொண்டு கூலிக்காரரும் நின்றார்.

முதலில் அம்மா நம்பவில்லை. ராஜேட்டன் வருகிறார் என்ற தகவலுக்குக் கடிதமுமில்லை. தந்தியுமில்லை.

அம்மா வாசலில் வந்து நின்றாள். ராஜேட்டன்தான் என்பது உறுதியானபோது துவைக்கும் கல்லுக்குப் பக்கத்திலிருந்த தூணில் சாய்ந்து மௌனமாக வாசலைப் பார்த்து நின்றாள். கடைசியில் ராஜேட்டன் ஒரு சிரிப்புடன் வாசலை எட்டினார். கூலிக்காரரின் தலையில் இருந்த பெட்டியைக் கீழே இறக்கி, திண்ணையில் வைத்தார். பாக்கெட்டிலிருந்து அவருக்குக் காசு கொடுத்து அனுப்பிவிட்டு திண்ணையில் உட்கார்ந்தார். அந்தக் கூலிக்காரர் விடைப்பெறக் காத்து நின்றார்.

அம்மா ஏதாவது கேட்பாள் என்று நினைத்தார். அவள் கேட்காதபோது ராஜேட்டனே சொன்னார்.

"அங்கே உடனே வேலை எல்லாம் கூடிவரலை, அதனால் நானே வந்திட்டேம்மா'' அப்பாவைப்பற்றி ஆரம்பிப்பாரென்று நினைத்துதான் உண்ணி காத்திருந்தான். கொஞ்ச நேரம் ஆனபோது அம்மாவே கேட்டாள்.

"ரொம்ப சோர்வாயிருக்கியே. உடம்புக்கு ஒண்ணும் இல்லயே''

"இல்லை''

"குளிச்சிட்டு எதாவது சாப்பிடு''

அம்மா உள்ளே போனாள். உண்ணி காத்திருந்த நிமிடங்களுக்கு ராஜேட்டன் வர, மேலும் சில நிமிடங்களானது. பெட்டி திறந்து ராஜேட்டன் பழைய துணிகளை வெளியே எடுத்துப் போடும்போது அப்பா கொடுத்தனுப்பின பொருட்கள் ஏதாவது இருக்குமென நாங்கள் எல்லோரும் எதிர்ப்பார்த்தோம்.

அழுக்குத் துணிகளை வெளியில் போட்டுவிட்டு பெட்டியைப் பூட்டாமல் படிகளுக்கு அடியில் மிதித்துத் தள்ளிவிட்டு ராஜேட்டன் சொன்னார், ''நீ ஒரு துண்டு எடுத்திட்டு வா உண்ணி, நான் நல்லாக் குளிக்கணும்''

அவ்வளவுதான் மாலையில் குட்டேட்டன் வந்தபோதும் சட்டென ஏதும் கேட்கவில்லை. வாசலில் அப்படியும் இப்படியுமாக நடந்து கொண்டே கேட்டார்.

"அப்பாவின் வியாபாரம் எப்படிப் போகுது?''

"பரவாயில்ல''

அந்தப் பயணத்தைப் பற்றிய பேச்சு பிறகேதும் வந்ததா எனத் தெரியவில்லை. அதோடு முடிந்திருக்கும் என்பதே என் நம்பிக்கை.

மழை விழும் சத்தம் தூக்கக் கலக்கத்தில் தூரத்தில் எங்கேயோ கேட்டது. அதைக் கேட்டுக்கொண்டே உட்கார்ந்தபடி கொஞ்சம் தூங்கிப் போனேன். கண் திறந்தபோது வாசலில் பெட்ரோமாக்ஸ் இல்லை. உதயத்திற்கு முன்பு தோன்றும் மெலிதான வெளிச்சம் பரவத் துவங்கியிருந்தது.

சாத்துக்குட்டி மாமா பெஞ்சின் பக்கத்தில் வந்து உட்கார்ந்து மீண்டும் வெற்றிலை போட ஆரம்பித்தார்.

"நான் அந்தத் திண்ணையில படுத்துக் கொஞ்சம் அசந்திட்டேன். பொம்பளைங்க எல்லாம் தூங்கறாங்களா?" வாசல் பக்கம் தெரிந்த ஏதோ ஒரு நிழலிடம் சொன்னார்.

"வடக்கே தளத்தில், விளக்கில் எண்ணெய் இருக்கான்னு பாக்கணும்" சொன்னவர் பிள்ளைகள் எல்லோரையும் பார்த்து பொதுவாய்ச் சொன்னார்.

"மரம் வெட்டும் வேலை முடிஞ்சது. சீக்கிரமே முடிச்சிடலாம். கொடுங்கல்லூரியிலிருந்து அந்த ஊர்க்காரர்கள் யாரும் இன்னும் வரலையே?"

அப்போது உள்ளேயிருந்து தேவு அண்ணியும் ஹேமாவும் வந்தார்கள்.

"பால் வர நேரமாகும், கொஞ்சம் கடுங்காப்பி போட்டுட்டு வரட்டுமா எல்லாருக்கும்?

குட்டேட்டன் எல்லோரிடமும் அபிப்பிராயம் கேட்பதுபோலப் பார்த்தார். பிறகு சொன்னார்.

"விடிந்து விட்டதே. இனி க்ரியை முடிஞ்சு அப்புறமா காஃபி குடிக்கலாம்"

ராஜேட்டன் எழுந்து உட்கார்ந்து ஒரு பீடி பற்ற வைத்தார்.

இன்றைய தினம் ஆரம்பமாகிறது. ராஜேட்டன் சேட்டின் கம்பெனிக்கு சீக்கிரம் திரும்பிப் போகவில்லையென்றால் ஏற்படும் பின் விளைவுகளைப் பற்றிச் சொன்னார். அப்புயேட்டன் மதியத்திற்கு மேல் ஸ்டேஷனுக்குப் போனால் போதும். அதுவரை ட்யூட்டி பார்க்க இன்னொரு பணியாளை மாற்று ஏற்பாடு செய்திருந்தார்.

வெற்றிலை போட்டவுடன் தளர்ந்துபோன சாத்துக்குட்டி மாமாவுக்கு மறுபடியும் சக்தி வந்தது போலத் தோன்றியது.

வேலையாட்களைக் கூப்பிட்டு தெற்குப் பாகத்தின் பொட்டக் குளத்தருகே விறகுக் கட்டைகளை அடுக்கிவைக்க வேண்டிய விதத்தைப் பற்றி விவரிக்கத் தொடங்கினார்.

முற்றத்தின் பக்கமாக மாமரக் கட்டைகளைச் சுமந்தபடி வேலையாட்கள் போய்க் கொண்டிருந்தார்கள்.

சாத்துக்குட்டி மாமா மறுபடியும் யாரிடமென்று இல்லாமல் பொதுவாகச் சொன்னார். ''கொடுங்கல்லூர்காரர்கள் யாரும் வரலையா?''

அப்போது எழுந்திருந்த அப்புயேட்டன் சொன்னார். ''கொடுங்கல்லூர்காரர்களானாலும் பழனிக்காரர்களானாலும் பரவாயில்லை. இவ்வளவு நேரம் காத்திருந்தது போதும், இங்க எல்லாம் ரெடியாயிடிச்சின்னா முடிச்சிடலாம்''

''அப்படியில்ல. அவங்க சடங்கு செய்ய வேண்டிய பங்காளிங்க. பதினைந்தாவது நாள் க்ரியை செய்ய ஒரு ஆளு வேணுமில்லையா? உங்களால் அது முடியுமா?''

எங்கள் யாருக்கும் பதினைந்து நாள் இங்கு தங்க நேரமில்லை. குட்டேட்டன் ஏழாந் துக்கத்திற்கு வருவார். ராஜேட்டனும் அப்புயேட்டனும் பதினான்காம் நாள் வரமுடியும். உண்ணியைப் பற்றி யாரும் கேட்கவில்லை. பதினைந்து நாட்கள் கிராமத்தில் தங்குவதென்பது அவருடைய மனதில் உருண்டு விளையாடியது. தினமும் குடும்பத்தில் உள்ளவர்களும், சொந்த பந்தங்களும் வருவார்கள். அவர்களின் கேள்விகளுக்கெல்லாம் பதில் சொல்லலாம், பிரச்சனையில்லை. கேட்காத மிச்சமிருக்கும் பல கேள்விகளை அவர்கள் மனதிலேற்று வேறு நடப்பார்கள்.

எதிர்ப் பக்கத்தின் எல்லையில் 'ஐனி' மரத்திற்குப் பக்கத்தில் கதவு திறக்கும் சத்தம் கேட்டது. அந்த வீட்டிலிருந்து யாரோ ஒருவர் சிங்கப்பூர் போனதற்குப் பின்பு அன்றாட வாழ்விற்கு வழியுண்டான

வீடு அது. யாரையும் தெரியாது. படிக்கும் காலத்தில் இங்கு வரும்போது வெளித் திண்ணையில் கருப்பும், கரும்சிவப்புமான ப்ளவுஸ் போட்ட இரண்டு முதிர்ந்த பெண் பிள்ளைகளை அங்கு பார்த்திருக்கிறேன். உள் நாட்டுக்காதலின் விலை குறைந்த கதைகள் அவர்களின் துணிப் பெட்டிகளுக்குள் அன்றுபோய் சேர்ந்திருக்காது.

‘‘தீபம் தீபம்’’

‘‘வெளிச்சத்திற்கு வரவேற்பு, இருட்டிற்கு மன்னிப்பு’’

பால்யத்தில் கேட்ட கதைகளைப் போல நேற்று கூடுவிட்டு போன ஆத்மா இந்த பகுதியில் எங்காவது இருக்கும். ஏதாவதொரு மரக்கிளைகளில் ஒரு காணாக்கிளியைப் போல உட்கார்ந்திருக்கும். உடல் எரிந்து தீய்ந்துபோன பிறகுதான் பரலோகத்துக்கு அது பயணமாகும் என்று நான் கேள்விப்பட்டிருக்கிறேன்.

சவ அடக்கத்தில் பங்கு எடுக்க வேண்டியவர்கள் ஒவ்வொருத்தராக வர ஆரம்பித்தபோது புதியவர்களுக்காக முற்றத்தின் பெஞ்சையும் நாற்காலிகளையும் ஒழித்து வைத்தோம்.

சாத்துக்குட்டி மாமா தெற்கு வரப்பிலிருந்து வந்து சொன்னார்.

‘‘சிதை கூட்டறதுன்றது இதோன்னு சொல்றதுக்குள்ள முடிஞ்சிடும். குளிச்சிட்டு வாங்க’’

‘‘மறுபடியும் குளிக்கணுமா?’’

உண்ணி சந்தேகத்துடன் கேட்டான்.

‘‘ஒருமுறை அல்ல. இரண்டு முறை குளிக்கணும். சவம் எடுத்தபிறகு ஒருமுறையும், தகனம் முடிந்த பிறகு ஒருமுறையும் குளிக்கணும். அப்பறம் அவங்கவங்க வேலையைப் பாக்கலாம்.

எப்போது புறப்படுவோம்? உண்ணி ஆழ்ந்து யோசிக்க ஆரம்பித்தான்.

13

உள்ளேயிருந்து உடலை வெளியே எடுத்தபோது மீண்டும் யாரோ உடைந்தழும் சத்தம் கேட்டது. சிதையில் தெற்கு வடக்கு பார்த்து உடலைக் கிடத்தியபிறகு எங்களைத் தள்ளி நிற்கச் சொன்னார்கள். இனி மற்றவர்களின் பொறுப்பு. அருகிலிருந்து பார்த்துக்கொள்ள சாத்துக்குட்டி மாமா இருக்கிறார்.

மாமா சந்தோஷத்துடன் சொன்னார்.

''மழை வருமோன்னு ராத்திரி எனக்குக் கொஞ்சம் கலக்கமா இருந்தது. அய்யப்பன் காப்பாத்திட்டார். மாமரம் நல்லா காஞ்சிருக்கு சீக்கிரம் எரிஞ்சிடும்''

நாங்கள் மூன்றுமுறை சிதையை வலம் வந்தோம். குட்டேட்டன்தான் சிதைக்கு நெருப்பு மூட்டினார். அது சரியாகப் பிடித்து எரியவில்லை. மாமாதான் ஏதோதோ வகையில் அது எரிய உதவியபடியேயிருந்தார்.

நாங்கள் மச்சுவீட்டின் கீழ் ஒரு தென்னை மரத்தடியில் ஈர வேட்டியைக் கட்டிக்கொண்டு நின்றோம்.

இளைஞர்கள் சிலர் எங்களருகிலிருந்தார்கள். தன் உழைப்பை இவர்கள் சரியாக அங்கீகரிக்கவில்லை என்பதை மாமா கவனித்துக் கொண்டிருந்தார்.

பொதுவாய் சொன்னார். "இனியொரு சவ மரியாதைக்கு நான் இருப்பேன்னு நெனக்கல கடவுளே"

அவர்களுள் யாரோ ஒருவன்,

"சாத்துக்குட்டி மாமா பயப்படாதீங்க, உங்களுக்கு நெருப்பு மூட்ட நாங்களெல்லாம் இருக்கோம்" என்றான்.

மாமாவுக்கு அது கொஞ்சமும் பிடிக்கவில்லை. நகைச்சுவையாக அவன் சொன்னதை மறுத்து, "என்னமோ சொல்றீங்க, எனக்கது பிடிக்கல" என்றார்.

சிதையில் தீ நாளமிடத் தொடங்கியபோது நான் திரும்பிப் பார்க்கவில்லை. யாரெல்லாமோ நீண்ட பச்சை மூங்கில் கழிகளால் கிளறிவிடவும் குத்தவும் செய்கிறார்கள். மாமிசம் எரியும் துர்நாற்றம் காற்றில் வீசுகிறதா? இல்லை.. இந்த நேரத்தில்கூட ஆட்கள், ஒவ்வொரு பக்கமாக எரியும் தீ நாளங்களைப்பற்றி பேசிக் கொண்டிருப்பதைத்தான் என்னால் சகித்துக்கொள்ள முடியவில்லை.

"தலையும் நெஞ்சுக்கூடும் எரிந்துவிட்டால் பிறகேதும் பிரச்சனையில்லை"

எனக்கு வாந்தி வரும்போலத் தோன்றியது. குட்டேட்டனின் முகம் கருப்படைந்திருந்தது. அப்பு என் பக்கத்தில் தலை குனிந்தபடி நின்றிருந்தான். உண்ணி நடுங்கும் விரல்களைப் படபடப்புடன் கசக்கியடி பக்கத்தில் வந்து ரகசியமாகக் கேட்டான்.

"ஒரு சிகரெட் பிடிக்கலாமா?"

"இரு, இரு, இப்ப வேணாம்"

காற்றில் கொழுந்துவிட்டெரியும் நெருப்பின் சூடு அவ்வப்போது ஒரு அலைபோல அடித்து மேலேறியது.

உண்ணி அவ்வப்போது வாட்சைப் பார்த்துக் கொண்டிருந்தான்.

துண்டைத் தலையில் போட்டபடி தென்னை மரத்தடியில் மாமா சிதையைப் பார்த்து உட்கார்ந்துவிட்டிருந்தார்.

"பிள்ளைகள் எல்லாரும் கிட்ட வாங்க"

நாங்கள் எல்லோரும் சேர்ந்து சடங்கு செய்ய வேண்டிய நேரமிது. புதிய மண்குடத்தில் தண்ணீரைத் தோளில் வைத்து நடக்கும் குட்டேட்டனுக்குப் பின்னால் நாங்கள் சிதையைச் சுற்றி வந்தோம். அண்ணன் மூன்றுமுறை சிதைக்குத் தண்ணீர் ஊற்றினார். பிறகு பெரியவர் சொன்னதுபோல திரும்பி நின்று குடத்தைப் பின்னால் இட்டுடைத்தார்.

"இனி நீங்க போயி குளிச்சு, ஈர உடை மாற்றி எதாவது வயித்துக்குச் சாப்பிடுங்க"

முடிந்தது. சரீரம் எரிந்தடங்கியது. மீண்டும் குளிக்க நடந்து போனபோது யாரும் ஒருவரோடு ஒருவர் பேசிக் கொள்ளவில்லை.

திரும்பி வந்து சட்டையும் வேட்டியும் மாற்றி வாசலுக்கு வந்தபோது உண்ணியும் புறப்படத் தயாரானான். அவன் ரகசியமாய்ச் சொன்னான்.

"ராஜேட்டா, கொஞ்சம் மேல வாங்க"

அவன் பின்னால் மேலே போனபோது, ஊஞ்சல் வைத்திருக்கும் அறையில் தரையில் அமர்ந்து, அப்பு அப்பாவின் பழைய பெட்டிகளை சாவி போட்டுத் திறக்க முயற்சி செய்து கொண்டிருந்தான்.

குட்டேட்டன் எந்த ஒரு சலனமுமின்றி இதில் தனக்கு சம்மந்தமே இல்லையென்ற பாவத்தில் நின்று கொண்டிருந்தார்.

உண்ணியின் முகத்தில் எதிர்பார்ப்பு வெளிப்படையாகயிருந்தது. கடைசியில் எப்படியோ பெட்டி திறக்கப்பட்டது.

அப்பு கேட்டான், "ஹே யாரையாவது கூப்பிடணுமா? இதில ஒரு ரூபாகூட இருக்காதுன்னு நமக்குத் தெரியும். ஆனால் வைர வைடூரியத்தைக் கொண்டு போயிட்டோம்னு நம்மை யாரும் சொல்லிடக்கூடாதில்லையா''

யாரும் ஒன்றும் பேசவில்லை. பழைய வேட்டிகள். பழைய சட்டைகள்.

உண்ணி அவசரப்பட்டான். ''பேப்பர் எதாச்சும் இருக்கா பாரு, பேப்பர்ஸ். கடிதங்களோ முகவரியோதான் நமக்குத் தேவை''

ஒரு மஞ்சள் துணியில் மொத்த பேப்பர்களும் கட்டி வைக்கப்பட்டிருந்தன. அதை அவிழ்த்துப் பிரிக்கும்போது எல்லோர் மனதிலும் ஒரு எதிர்பார்ப்பு இருந்தது. கண்டிப்பாக சிலோனிலிருந்து வந்த கடிதங்கள், புகைப்படங்கள், தெரியாத உறவினர்களைப் பற்றிய ரகசியங்களை அவை.

அப்பு ஒவ்வொன்றாய் பார்த்துக்கொண்டே சொல்கிறான்.

''அந்தோணிக்கான பற்று, ஆசாரியின் வயல், இது ரத்து செய்த ஒரு புரோநோட்டு, நூறு ரூபாய்க்கு மச்சு வீடு பிரித்துக் கட்டியுள்ள செலவு''

எல்லாவற்றையும் மீண்டும் பெட்டியில் வைத்துப் பூட்டி எழுந்தபோது அவன் சொன்னான், ''சொல்ற மாதிரி எதுவும் இல்லை''

உண்ணி கேட்டான், ''அவளுடைய கடிதங்கள்?''

''அவ்வப்போது கிழித்துப் போட்டிருப்பார். யாராவது திறந்து பார்த்தால் என்ன செய்வது என்று நினைத்து எதையும் பாக்கியின்றி தடயங்களை அழித்திருப்பார். அப்பா நாம் நினைத்தைவிட புத்திசாலியாக இருந்தார்''

குட்டேட்டன் நீண்டநேர யோசனைக்குப் பிறகு சொன்னார். அப்பா யாரையும் நம்பவில்லை.

''அவரோட பழைய பாஸ் புக்கெல்லாமாவது கிடைக்கும்னு நெனச்சேன்''

''அப்பாவுக்கு posterity ஒரு பிரச்சனையாகத் தோன்றியிருக்காது''

அறையின் வெளியே வராந்தாவில், நாங்கள் ஒன்றாய் நின்றோம். அங்கு கட்டப்பட்டிருக்கும் கொடியில் துவைத்துக் காயப்போட்ட மஞ்சள் நிறமான அப்பாவின் துண்டும் வேட்டியும் இருந்தன.

ஒரு விஷயம் தெளிவாகிறது.

''அப்பா எப்போதும் ஹிப்பாக்ரட்... He was a....'' உண்ணி சட்டென நிதானித்துக் கொண்டான். குட்டேட்டன் தலைகுனிந்து கொண்டே மாடியிறங்கினார்.

மீண்டும் குன்றுகளின் நடுவில் நிலத்தினூடாக கார் போய்க் கொண்டிருந்தது.

கிளம்பும்போது அத்தை அழுதாள், ''அப்பா இருந்திருந்தாலாவது நீங்க எப்பவாவது வருவீங்க, இனி அதுவும் நின்னுடும். போனவங்க புண்ணியம் பண்ணவங்க''

நான் எனக்கே நம்பிக்கையில்லாத வார்த்தைகளை உதிர்த்தேன். ''வருவோம். ஏழாம் நாளில் நான் பிண்டம் வைக்க வருவேன்''

என் படிப்பைப் பாதியில் நிறுத்தியது அப்பாவாக இருந்தார். எனக்காக ஒரு வார்த்தை அடிகண்ணாவவில் சிபாரிசு செய்திருந்தால் நான் சிலோனிலிருந்து வந்திருக்கவே மாட்டேன். அடையாறில் மருத்துவமனை அறையில் இருந்தபோது கூட அவர் எனக்காக ஏதும் சொல்லவில்லை.

அப்போது எனக்காக, அப்பா ஒருபோதும் துக்கப்பட்டிருக்க மாட்டார் என்று தோன்றியது. துக்கப்பட்ட அப்பாவை ஒரு போதும் நாங்கள் பார்த்ததில்லை. யோசித்துப் பார்க்கும்போது அது

ஆச்சரியமாகத் தோன்றியது. துக்கப்பட்ட அப்பாவின் உருவம் எங்கும் நினைவில் இல்லை.

ஒருமுறை... ஒருமுறை... எரியும் சிதையை லேசாய்த் திரும்பிப் பார்த்தபோது... தீப்பிடிக்கும் நெஞ்சுக்கூட்டின் அஸ்தியின் வெண்மையுடன் ஆடி உலையும் தீ நாக்குகளுக்கிடையே பார்த்தபோது... என்னை அறியாமல் உள்ளே உயர்ந்து வரும் என் கேவல் யாருக்காவது கேட்டிருக்குமோ?

அம்மாவின் உடல் சிதையில் எரியும்போது, பதினாறாம் நாள் காரியச் சாப்பாட்டின் ஏற்பாடுகள் பற்றி மெல்லிய குரலில் உடன் இருப்பவர்களுக்கு கட்டளையிட்டபடி அப்பா நடந்து கொண்டிருந்தாராம்.

''மெல்லப்போ. அவ்வளவு வேகம் போக வேண்டாம். இவ்வளவு லேட்டானதுக்கு அரைமணி நேரம்கூட லேட்டானால், கடையின் வியாபாரத்தில் எதுவும் முழுகிப்போகாது. அங்கே 'Hump' இருக்கிறான். நீ ஏதாவது சாப்பிட்டியா? கூட்டத்தில் நான் உன்னைக் கேட்க முடியல. மெதுவாகவே போ''

நான் டிரைவரிடம் சொல்லும் கட்டளைகளைச் சட்டென நிறுத்திக் கொண்டேன். என் குரல் அவசியமில்லாமல் பதறுகிறது.

உண்ணியின் அனுமானத்தின்படி ஆத்மா இப்போது எங்கே போயிருக்கும்? காட்சியற்ற கண்கள் என் முகத்தைப் பார்க்கக்கூடாது.... முட்டாளைப்போல அர்த்தமில்லாத ஆணைகளை ஓட்டுநருக்கு வழங்கிக்கொண்டிருக்கும் என் கேவல்களை யாரும் கேட்டுவிடக் கூடாது...

''இப்ப வேகமாகப் போகலாம். இனி ரோடு நல்லாயிருக்கும், டிராஃபிக்கும் இருக்காது, முதலாளி கடையைச் சாத்துவதற்கு முன்பாக நாம் போய்ச் சேர்ந்து விடலாம்''

யாருமறியாத இந்தக் கண்ணீர், அந்த முதலாளி சேட்டின் முன்னால் போய் நின்றுவிடும் முகூர்த்தத்தைத் தள்ளி வைக்க முடியாமல் போவதுதான் என் இயலாமை என்று தோன்றுகிறது.

''என்ன சார்?''

''ஒன்றுமில்லை. சீக்கிரம் போகலாம்''

நான் சும்மா பெயருக்குச் சிரித்தேன், ஏதோ ஒரு பழங்கதையை நினைத்து.

''நீ பாவ புண்ணியத்தைப்பற்றி கேள்விப்பட்டிருக்கிறாயா? கேள்விப்படாததுவரை ரொம்ப நல்லது''

''புத் புத்ர புத்நாமஹ்''

ஒன்றுமில்லை. ஒரு வார்த்தையை யோசித்தேன். அதைச் சொல்லிப் பார்த்தேன்.

அவ்வளவுதான்.